MW01362143

காமசூத்திரம்

காமசூத்திரம்

வாத்ஸ்யாயனர்

காமசூத்திரம்
Kamasuthiram
Vatsyayanar

Kizhakku First Edition: December 2016
176 Pages

ISBN 978-81-8493-659-9
Kizhakku - 950

Kizhakku Pathippagam
177/103, First Floor,
Ambal's Building, Lloyds Road,
Royapettah, Chennai - 600 014.
Ph: +91-44-4200-9603
Email : support@nhm.in
Website : www.nhm.in

■ kizhakkupathippagam
■ kizhakku_nhm

Kizhakku Pathippagam is an imprint of New Horizon Media Private Limited.

This book is sold subject to the condition that it shall not, by way of trade or otherwise, be lent, resold, hired out, or otherwise circulated without the publisher's prior written consent in any form of binding or cover other than that in which it is published and without a similar condition including this the rights under copyright reserved above, no part of this publication may be reproduced, stored in or introduced into a retrieval system, or transmitted in any form or by any means (electronic, mechanical, photocopying, recording or otherwise), without the prior written permission of both the copyright owner and the above-mentioned publisher of this book.

"

பெண்ணும் காதல் போரில் குதிக்கவேண்டும். காதலனின் தலைமுடியைப் பிடித்து, தலையைத் தாழ்த்தி, அவனின் கீழ் உதடுகளை முத்தமிடவேண்டும். காதல் மயக்கத்தில் கண்கள் மூடி, அவனைக் கண்ட இடத்தில் கண்டபடி கடிக்கவேண்டும். அடுத்து வரும் நாள்களில், பொதுவிடங்களில் இருக்கும்போது அவளால் ஏற்பட்ட காதல் சின்னங்களைக் காட்டும்போது, ஒரு நமுட்டுச் சிரிப்பு சிரித்துவிட்டு, முகத்தைத் திருப்பிக்கொள்ளவேண்டும். பதிலுக்கு, கோபமான பார்வையுடன், அவள் உடலில் அவன் உண்டாக்கிய காயங்களைக் காட்டவேண்டும். இவ்வாறு மற்றவரின் விருப்பத்தைப் புரிந்துகொண்டு அதற்கு ஏற்றவாறு நடந்துகொள்பவர்களின் காதல் நூறாண்டுகள் வாழும்.

"

பாகம் 1

1. காமசூத்திராவின் கதை

காதல்! இதைப்பற்றி கோனார் நோட்ஸ் போடாத மொழிகளே உலகத்தில் இல்லை. என்ன, ஊருக்கு ஊர் விளக்க வுரை மாறுபடும். ஆனால் உலக மக்களில் பெரும்பாலானோர் தலை சிறந்த நோட்ஸாக கருதுவது, வாத்ஸ்யாயனர் எழுதிய காமசூத்திராவைத்தான். பல நூற்றாண்டுகளுக்கு முன்னர் சமஸ்கிருதத்தில் எழுதப்பட்ட ஒரு நூல் இன்றும் காதலுக்கு கலங்கரை விளக்கமாகத் திகழ்ந்து வழிகாட்டிக்கொண்டு இருக்கிறது. இத்தகைய மகத்தான நூலை வெளிக்கொண்டு வந்து உலகப் பிரசித்தியாக்கிய பெருமை, சர் ரிச்சர்ட் பிரான்சிஸ் பர்ட்டனையே (Sir Richard Francis Burton) சேரும். ஆம்! அவர்தான் காமசூத்திராவை ஆங்கிலத்தில் மொழிபெயர்த்தவர். (அரேபிய ஆயிரத் தோரு இரவுகளை மொழிபெயர்த்தவரும் இவரே) சரியாகச் சொல்ல வேண்டு மென்றால் பிரசுரித்தவர்.

காதல் குறித்தும், காமம் குறித்தும், கலவி குறித்தும் வாத்ஸ்யாயனர் என்ன வெல்லாம் சொல்லியிருக்கிறார்

என்பதைப் பார்க்கும்முன், வாத்ஸ்யாயனர், எப்படி பர்ட்டனின் பார்வையில் பட்டார் என்பதைப் பார்த்துவிடலாம். இன்று வேண்டுமானால், நமது கலாச்சாரத்தில் காமம், காதல், செக்ஸ் என்பதெல்லாம் காதில் விழுந்தவுடன் சிவ சிவ என்று காதைப் பொத்திக் கொள்ளும் கெட்ட வார்த்தையாகக் கருதப்படலாம். ஆனால் நமது பாரதத்தில் ஒரு காலத்தில் அப்படி இல்லை. அது என்ன ஒரு காலம்? பிரிட்டிஷார் வரும்வரை அப்படி இல்லை. இதையெல்லாம் கெட்ட வார்த்தையாக்கிய நல்லவர்கள் அவர்கள்தான். நாட்டை பல வருடம் ஆண்டு சுரண்டியது மட்டுமில்லாமல் என்னவெல்லாம் செய்திருக்கிறார்கள், கிராதகர்கள்!

ஆனால், ரிச்சர்ட் பர்ட்டன் அப்படிப்பட்ட கிராதகர்களில் ஒருவர் அல்ல. அவர்தான் பார்ஸ்டர் பிர்ஸ்கேரால்ட் அர்புத்நாட் (Forster Fitzgerald Arbuthnot) என்பவரோடு சேர்ந்து, காமசாஸ்திர சொசைட்டியை ஆரம்பித்து காமசூத்திராவை வெளியிட்டவர். பர்ட்டன், தான் எழுதிய காமசூத்திரா ஆங்கில மொழிபெயர்ப்பை, 'பழங்கால கிழக்கு உலகின் மரபுகளையும் நியதிகளையும் படிக்க அதீத ஆர்வம்கொண்ட சில பிரிட்டிஷ் மக்களுக்கு அர்ப்பணிக்கிறேன்' என்றுதான் ஆரம்பிக்கிறார். சில பிரிட்டிஷ் மக்களுக்கா?!

ஆம்! 'சரோஜாதேவி புத்தகம்' என்று முத்திரை குத்தப்படும் அபாயம் இருந்ததால், முதல் பதிப்பு ஆயிரம் காப்பிகளுக்கு மேல் போடப்படவில்லை. அதுவும் சொசைட்டியின் சந்தாதாரர்களுக்கு என்று தனி சுற்றறிக்கை மட்டும்தான்!

இந்தியாவில், காதலைப்பற்றி என்னவெல்லாம் புத்தகம் இருக்கிறது என்று ஆராய்ச்சியில், காமசாஸ்திர சொசைட்டி இறங்கியது. அதாவது பர்ட்டன் இறங்கினார். என்ன புத்தகங்கள்? என்ன விவரங்கள் கிடைத்தன? இதோ!

ரதி ரகஸ்யம்

வேணுதத்தா என்ற ராஜாவிற்காக, கூக்கோகா என்ற கவிஞர் எழுதியது 'ரதி ரகஸ்யம் (காதல் ரகசியம்)'. புத்தகத்தில், ஒவ்வொரு அத்தியாயத்தின் முடிவிலும் அவர் பெயரை எழுதுவதற்குப் பதிலாக 'சித்த பதிய பண்டிதர்' என்றே எழுதினார். அதாவது படித்தவர்களிலேயே மிக நன்றாகப் படித்தவராம். இப்படி பெயரை மாற்றி எழுதிய காரணமோ என்னவோ, இந்தப் புத்தகத்தை ஹிந்தியில் மொழிபெயர்த்தபோது அதன் ஆசியர், கோகா என்று எழுதி விட்டனர்.

பிறகு பல மொழிகளுக்குப் புலம் பெயர்ந்தபோது 'ரதி ரகஸ்யம்' 'கோக சாஸ்திரம்' ஆக மாறியிருந்தது. கோக சாஸ்திரம் 'காம சாஸ்திரம்' என்றும் அழைக்கப்பட்டது. 'பச்சிவேதம்' என்றும் அழைக்கப்பட்ட இந்த நூலில் 800 சுலோகங்கள், பத்து அத்தியாயங் களாக இருந்தது. இந்த நூலில்தான் பத்மினி (தாமரை போன்ற அழகுடையவள்), சித்தினி (பூனைக் கண் உடையவள்), சங்கினி (சங்குக் கழுத்து உடையவள்), ஹஸ்தினி (யானைபோல் பருத்த உடல் உடையவள்) என்று பெண்களை வகைப்படுத்தி இருக்கிறார்கள்.

பஞ்ச சாக்கியா

கவிகளின் கவி, ஆயகலைகள் அறுபத்தி நான்கின் பொக்கிஷம், இசையைக் கற்பிக்க சிறந்த குரு என்றெல்லாம் போற்றப்பட்டவரான கவி ஜோதிரிஷி, 'பஞ்ச சாக்கியா (ஐந்து அம்புகள்)' என்ற நூலை எழுதியுள்ளார். ஐந்து அத்தியாயங்களில், அறுநூறு பாடல்கள் கொண்ட நூல் அது. இந்த நூலை, கோணகிபுத்ரா, மூலதேவா, பாப்ரைவ்யா, ராம்திதேவா, நந்திகேஷ்வரா மற்றும் க்ஷேமேந்திரா ஆகியவர்கள் எழுதியதையெல்லாம் படித்து எழுதியதாக ஜோதிரிஷி கூறியுள்ளார். ஆனால் இதில் எவ்வளவு உண்மை என்பது தெரியவில்லை.

ஸ்மார ப்ரதீபம் (காதலின் தீபம்)

காதலைப்பற்றிக் கொஞ்சமாகவும் அதைத் தாண்டிய மற்றவற்றைப் பற்றி அதிகமாகவும், வேச்சாபதி என்பவரின் மகன், கவிஞர் குணாகர் எழுதிய நானூறு பாடல்கள் (செய்யுள்கள்) கொண்ட நூலான, 'ஸ்மார ப்ரதீபம் (காதலின் தீபம்)', ஒரு முக்கியமான நூல்.

ரதிமஞ்சரி

அனைத்து துறைகளைப்பற்றியும் புத்தகம் எழுதியவன் என்று தன்னைப்பற்றி தானே சொல்லிக்கொண்ட புகழ் பெற்ற மகா கவிஞர் ஜெயதேவர். அவரால் எழுதப்பட்ட நூற்றி இருபத்தி ஐந்து பாடல்கள் மட்டுமே கொண்ட ரதிமஞ்சரி (காதல் பூமாலை) நூலும் காம சூத்திரத்தில் முக்கிய இடத்தைப் பெறுகிறது.

ரஸமஞ்சரி

திர்ஹூத் என்ற ஊரைச் சேர்ந்த பிராமணக் கவிஞர் கணேஷ்வரின் மகனான கவிஞர் பானுதத்தா, சமஸ்கிருதத்தில் எழுதிய 'ரஸமஞ்சரி (காதல் தளிர் அல்லது அரும்பும் காதல்)' நூல், எப்பொழுது எழுதப்பட்டது என்று கண்டுபிடிக்க முடியவில்லை. மூன்று

அத்தியாயங்கள் மட்டுமே இருக்கும் இந்த நூலில், வயது, உருவம், நடத்தை ஆகியவற்றைக்கொண்டு ஆண்களையும், பெண்களையும் வகைப்படுத்தியிருக்கிறார் ஆசிரியர் பானுதத்தா.

அநுங்கரங்கா

கி.பி *1450 - 1526* காலத்தில் இந்தியாவை ஆண்ட லோதி பரம்பரையில் வந்த அஹமது லோதியின் மகன், லடாகான்னுக்காக, (லடாகான்பல்லா என்றும் இவர் அழைக்கப்பட்டார்) 'அநுங்கரங்கா (காதல் நிலைகள்)' என்ற நூலை எழுதியவர் கவி குலியன்முல் என்பவர். இந்த நூலுக்கு 'கமலதீபலவா (காதல் கடலில் படகு)' என்றும் ஒரு பெயர் உண்டு. இது சமஸ்கிருதத்தில் காதலைப்பற்றி வந்த கடைசிப் புத்தகம் எனவும் கருதப்படுகிறது. இந்த நூல், ஆங்கிலத்தில் வெறும் ஆறே பிரதிகள்தான் வெளியிடப்பட்டது.

சமஸ்கிருதத்தில் இவ்வளவு புத்தகங்களா என்கிற ஆச்சரியமோ, அந்தப் புத்தகங்களைப்பற்றிய விவரங்களோ, அவற்றில் சொல்லப் பட்ட விவரங்களோ பர்ட்டனை பிரமிப்புக்கு உள்ளாக்கவில்லை. அந்தப் புத்தகங்களில் தகவல்கள் சொல்லப் பட்ட விதத்தைப் பார்த்துத்தான் வியந்து போனார் அவர். சமஸ்கிருதத்தில் கவிதை வடிவத்தில் எழுதப்பட்டிருந்தாலும் மிகைப்படுத்தல் என்பது மருந்துக்குக்கூட இல்லாமல், கலைக்கு ஒப்பான ஒரு சமாச்சாரத்தை ஏதோ அறிவியல் விதிகளைப் போல், இது இப்படித்தான், அது அப்படித்தான் என்று அழுத்தம் திருத்தமாக எழுதப்பட்டிருந்தது. இந்த எழுத்துமுறை பர்ட்டனை புரட்டிப் போட்டது.

உதாரணமாக, பத்மினி பெண்ணுக்குச் சொன்ன இலக்கணம். ஓர் அழகிய பெண்ணுக்கு இலக்கணமாக கிரேக்கர்கள் வீனஸைக் காட்டுவதுபோல, இந்தியர்கள் பத்மினி வகைப் பெண்தான் பர்ஃபெக்ட்டான பெண் என்றார்கள். சினிமா நடிகை பத்மினி அல்ல. அதையும் தாண்டி!

முழு நிலவைப் போன்ற முகம், கொஞ்சமும் கருமை இல்லாமல் மஞ்சள் தாமரை நிறத்தில் மெல்லிய தோல், சதைப் பிடிப்பான தேகம், ஒளி வீசும் கூர்மையான மான் விழிகள், நேரான நாசி, நல்ல கழுத்து, உருண்டு திரண்ட உயர்ந்த மார்பகங்கள், இடுப்பில் மூன்று மடிப்புகள், புதிதாக மலர்ந்த லில்லி மலரின் வாசம் வீசும் தாமரை மொட்டைப் போன்ற 'பெண்மை'. மேலும் அன்ன நடை, குயில் போன்ற குரல், வெள்ளை உடை தேவதை, குறைவாகச் சாப்பிட்டு, குறைவாகத் தூங்கி, புத்திசாலியாக, பணிவானவளாக, மதிப்பிற் குரியவளாக, கடவுள் பக்தி கொண்டவளாகவும், சான்றோர்களிடம்

சரளமாகவும் பழகக் கூடியவளாகவும் இருந்தால்தான் அவள் பத்மினி அல்லது தாமரைப் பெண் என்றார்கள்.

பர்ஃபெக்ட்டான பெண்ணைபற்றிச் சொல்லிவிட்டு மற்றவர்களைப் பற்றிச் சொல்லாமல் இருக்கலாமா என்று சித்தினி, சங்கினி மற்றும் ஹஸ்தினி பெண்களுக்கும் விரிவான விளக்கம் கொடுத்தார்கள். எந்த வகைப் பெண்களுடன் எந்த நாள்களில் கூடலாம்? எப்படிக் கூடலாம், எப்படி குஷிப்படுத்தலாம், முரண்டு பிடித்தால் உஷார் செய்வது எப்படி? இதையும் தாண்டி இந்தியாவின் பல்வேறு பகுதிகளில் இருக்கும் மக்களின் குணாதிசயம் என்று தோண்டத் தோண்ட ஏராளமான விவரங்களின் பொக்கிஷமாக இந்தப் புத்தகங்கள் இருந்தன.

இதுபோன்ற அதி முக்கியத்துவம் வாய்ந்த, மனித வாழ்க்கையின் அவசியத் தேவையான விஷயத்தில் மக்கள் ஆர்வம் காட்டாமல் இருப்பதும், அதைப்பற்றிய அறிவில்லாமல் இருப்பதும், அதை விட ஆபத்தாக இவ்விஷயத்தில் அரைகுறை அறிவோடு செயல்பட்டு ஆண்களும் பெண்களும் வாழ்க்கையை வீணாக்கிக்கொண்டு இருக்கிறார்களே என்று பர்ட்டன் மிகவும் வேதனைப்பட்டார்! தனி மனித வாழ்க்கைக்கும் சமூகத்துக்கும் மிகத் தேவையான, இன்றியமையாத இப்படிப்பட்ட ஓர் அறிவியல் களஞ்சியத்தை, மனித குலத்துக்குக் கொடுத்தே ஆகவேண்டும் என்று முடிவு செய்தார். ஆனால், காமசாஸ்திர சொசைட்டி ஆராய்ச்சி செய்த அத்தனையையும் புத்தகமாகப் போடவே முடியாது என்று அவர் கொஞ்சம் தாமதமாகவே உணர்ந்தார்.

எனவே, முதலில் சமஸ்கிருதத்தில் லேட்டஸ்ட்டான அநுங்கரங்கத்தை மொழி பெயர்க்கக் களத்தில் இறங்கினார். அதில், முனிவர் வாத்ஸா இதைச் சொன்னார், அதைச் சொன்னார் என்று வாத்ஸா சொன்னதாக ஏகப்பட்ட குறிப்புகள். மொழி பெயர்ப்பில் ஈடுபட்டிருந்த பண்டிதர்களிடம், 'யார் இந்த வாத்ஸா?' என்று கேட்டார் பர்ட்டன். 'வாத்ஸாதான் காதல் வாத்தியார். அவர் எழுதிய புத்தகம் இல்லாமல் சம்ஸ்கிருத நூலகமே இல்லை!' என்றனர். 'அப்படியானால் அதையே ஏன் மொழிபெயர்க்கக்கூடாது?' என்று கேட்டார். 'செய்யலாம், ஆனால் புத்தகம் நம்மிடத்தில் முழுமையாக இல்லை!' என்று அவர்கள் சொல்ல, 'அதெல்லாம் எனக்குத் தெரியாது. அந்தப் புத்தகம்தான்வேண்டும்!' என்று பர்ட்டன் பிடிவாதம் பிடித்தார்.

உடனே, பண்டிதர்கள் எல்லாம் பரபரப்பாக வேலையில் இறங்கினர். பம்பாயில் இருந்து பெற்றது தப்பும் தவறுமாக இருந்தது. கல்கத்தா, காசி மற்றும் ஜெய்ப்பூருக்கு எல்லாம் கடிதம் எழுதி, புத்தகத்தின்

பிரதிகளைப் பெற்றனர். 'ஜெயமங்களா' என்ற விளக்கவுரையை வைத்து மொத்த புத்தகத்தையும் தயார் செய்தனர்.

காதல் கணைகளைப்பற்றி மொழி பெயர்க்கும் முன் அவர்களுக்குள் கேள்விக் கணைகள் பறந்தன. 'இந்தக் கவி கூக்கோகா வேறு 'காமசாஸ்திரம்' என்ற நூலை எழுதி இருக்கிறார். வாத்ஸ்யாயனர் 'காமசூத்திரா' என்கிறார். கோணகிபுத்ரர் மற்றும் நந்திகேஷ்வர் புத்தகங்களை அடிப்படையாக வைத்து எழுதியது என்று இவர்கள் இருவருமே குறிப்பிடுகின்றனர். எனில், இருவரில் யார் முதலில் எழுதியது? எது சிறந்தது?'

'இவர்கள் எழுதிய புத்தகங்களை எல்லாம் படித்திருக்கிறேன்' என்று பத்து ஆசிரியர்களின் பெயரைச் சொல்லும் வாத்ஸ்யாயனர், கூக்கோகாவைப் படித்திருந்தால், நிச்சயம் அவரின் பெயரையும் சொல்லியிருப்பார். அதை வைத்துப் பார்க்கும்பொழுது காமசாஸ்திரம், காமசூத்திரத்துக்குப் பின்னதாகவும் மற்ற நூல்களுக்கு முன்னதாகவும் எழுதியிருக்கவேண்டும் என்ற முடிவுக்கு வந்தனர். சரி அப்படியென்றால் காமசூத்திராவையே மொழிபெயர்க்கலாம் என்று கட்டிலில்... இல்லை... களத்தில் குதித்தார், பர்ட்டன்.

2. வாத்ஸ்யாயனர் யார்?

ஏழு பாகங்கள், 36 அத்தியாயங்கள் 64 பாராக்கள் 1250 சுலோகங்கள் என்று இத்தனை விரிவாக காமசூத்திராவை எழுதிய வாத்ஸ்யாயனர் இதை ஏன், எதற்காக எழுதினார்? காமசூத்திராவின் முன்னுரை முழுவதும் இந்த கேள்விக்கான பதில்தான்.

ஆணையும் பெண்ணையும் படைத்த இறைவன், அவர்கள் வாழ்க்கையில் தர்மத்தை எப்படிக் கடைப் பிடிக்க வேண்டும்; வாழ்க்கையை வசதியாக வாழ்வதற்கு, எப்படி பொருளைச் சம்பாதிக்க வேண்டும், வாழ்வில் 'மகிழ்ச்சியாக' இருப்பதற்கு என்ன செய்யவேண்டும் என்று ஒரு லட்சம் அத்தியாயங்களில் விதிமுறைகளையும் வகுத்திருந்தார். தர்மத்தைப்பற்றி ஆண்டவன் சொன்னதையெல்லாம் ஸ்வயம்பு மனு தனியாக எழுதினார். 'மனுதர்மம்', 'மனுஸ்மிருதி' என்றெல்லாம் நாம் சொல்வது இதைத்தான். அர்த்தா என்று சொல்லப் படும் பொருள் சேர்க்கும் விவரங்களை எல்லாம் பிருகஸ்பதி எழுதினார்.

மூன்றாவதான காமத்தைப்பற்றி ஆயிரம் அத்தியாயங்களில் எழுதியது சாட்சாத் நந்தி தேவரே!

ஆயிரம் அத்தியாயங்களா, அதைப் படிக்க ஓர் ஆயுள் போதாதே என்று எண்ணியதாலோ என்னவோ, 'உத்வலகா' என்பவரின் மகனான 'ஸ்வேதகேது', ஆயிரம் அத்தியாயங்களில் இருப்பதை ஐநூறு அத்தியாயங்களாகச் சுருக்கி எழுதினார். 'ஐயோ! ஐநூறா?' என்று தெற்கு தில்லி பக்கம் பஞ்சாலாவில் இருந்த 'பாப்ரைவர்' நினைத்தார். நூற்றி ஐம்பது அத்தியாயங்களை ஏழு பகுதிகளில் அடக்கினார். இப்படி அடக்கியதில் கன்னாபின்னாவென்று எடிட் செய்து நறுக்கித் தள்ளியதன் காரணமாக ஒவ்வொரு பகுதிகளுக்கும் தனி விளக்கவுரை வேண்டும் என்று வேண்டுகோள்கள் வரத்தொடங்கின.

'சாதாரணா' என்ற தலைப்பில் பொதுவான வாழ்க்கைமுறைபற்றி எழுதியிருந்தவற்றை 'சாராயணர்' விளக்கினார். 'சம்ப்ரயோகா' என்ற தலைப்பில், ஆரத் தழுவல்கள் போன்ற விளையாட்டுகள்பற்றி எழுதியிருந்தவற்றுக்கு 'சுவர்ணாபா' என்பவர் உரை எழுதினார். ஆணும் பெண்ணும் இரண்டறக் கலப்பது எப்படி என்று இருந்த 'கன்ய சம்ப்ரயுக்தகா' என்பதை 'கோதகமுக்தா' என்பவர் விளக்கினார். தன் மனைவியை எப்படி நடத்தவேண்டும் என்று 'பார்யதிகரிகா' என்று இருந்ததை 'கோணார்தியரும்', மற்றவர்களின் மனைவிகளை எப்படி அணுகுவது என்று 'பரதீக' என்று இருந்ததை 'கோணகிபுத்ரா'வும் விளக்கினார்கள். அன்றைய பாடலிபுத்ராவின் (இன்றைய பீகார் தலைநகர் பாட்னா) தேவமகளிர் கேட்டுக் கொண்டதற்கு இணங்க 'வைசிகர்கள்' என்று இருந்த பகுதியை 'தத்தகா'வும் விளக்கினார்.

பல் இருப்பவன் பகோடா சாப்பிடலாம், முடி இருக்கும் சீமாட்டி அள்ளி முடியலாம். அப்படி எதுவும் இல்லாதவர்களுக்கு என்ன வழி? அப்படிப்பட்ட வாலிப வயோதிக அன்பர்களுக்கு கை கொடுத்து உதவவேண்டும் என்று, மருந்து மாத்திரைகள், மயக்கும் விதம் பற்றியெல்லாம் இருந்த 'ஆபுமிசதிகா' என்ற ஏழாம் பகுதியை குச்சமுரா விளக்கினார்.

இப்படி பலரும் அவரவர் பாணியில் விளக்கி எழுதினாலும் பல புத்தகங்கள் பல இடங்களில் கிடைக்கவில்லை. அது மட்டுமில்லாமல் அவை அந்தப் பகுதிகளை மட்டும் விளக்குவதால், ஒரு முழுமையான அறிவு மக்களுக்குக் கிடைக்கவில்லை. 'பாப்ரைவர் எழுதியது நீளமாக இருப்பது மட்டுமில்லாமல் எளிதாகப் புரியவும் இல்லை. எனவே இதை அனைத்தையும் வைத்து நாமே எளிமையாகச்

சொன்னால் என்ன?' என்று யோசித்த வாத்ஸ்யாயனர், தனது எண்ணத்தைச் செயல்படுத்தி எழுதி முடித்த மகா காவியம்தான் 'காமசூத்திரா' என்கிற இந்தியப் பொக்கிஷம்.

இவ்வளவு நல்லவரான இந்த வாத்ஸ்யாயனர் யார்? புத்தகத்தில் ஏதாவது குறிப்பு இருக்கிறதா என்று பார்த்தார்கள். காதலைப்பற்றி இவ்வளவு எழுதியவர் தன்னைப்பற்றி அவ்வளவாக எழுதவில்லை. 'பாப்ரைவர், மற்றும் பல எழுத்தாளர்கள் எழுதியவற்றை எல்லாம் படித்து, ஆராய்ந்திருக்கிறேன். அவர்கள் என்ன சொல்ல வருகிறார்கள் என்பதைப் புரிந்துகொண்டு, புனித விதிகளுக்கு உட்பட்ட வகையில் உலக நன்மைக்காக வாத்ஸ்யாயனர் ஆகிய நான் இந்த நூலை எழுதி இருக்கிறேன்.' என்று குறிப்பிட்டுள்ள வாத்ஸ்யாயனர், 'ஆண்டவனை வணங்குவதை மட்டுமே வேலையாகக்கொண்டு, காசியில் இறைப்பணியில் ஈடுபட்டிருந்தபொழுது', தான் இதை எழுதியதாகக் குறிப்பிட்டிருந்தார். அதாவது உலகத்துக்கே இப்படித்தான் 'காதல்' செய்யவேண்டும் என்று சொன்ன வாத்ஸ்யாயனர் இதை எழுதும்பொழுது, தான் எழுதியதெல்லாம் சரியா என்று நடைமுறையில் செய்து பார்க்கவில்லை. என்ன கொடுமை சார் இது?

சரி, போகட்டும்! வரலாறு முக்கியம் அல்லவா? இந்த வாத்ஸ்யாயனர் எந்தக் காலத்தில் வாழ்ந்திருப்பார்? காதல் மயக்கத்தில் இருக்கும்போது பெண்களைத் துன்புறுத்துவதில் (இந்தக் காலத்தில் ஆங்கிலத்தில் இது போன்றவற்றை 'BDSM' என்று வகைப்படுத்து கிறார்கள்.) இருக்கும் ஆபத்தைச் சொல்ல வரும் வாத்ஸ்யாயனர், குண்டால் நாட்டு ராஜா, சத்கர்னி ஸ்த்ரவாஹனன், தன் மனைவி மால்யவதியுடன் காதல் செய்துகொண்டு இருந்தபோது 'லவ் ஃபீலிங்கு அதிகமாகி, என்ன செய்கிறோம் என்று தெரியாமல் கட்டாரியில் அடித்துக் கொன்றதைக் குறிப்பிடுகிறார். இந்த ராஜா, கி.மு முதலாம் நூற்றாண்டில் வாழ்ந்தவன். அப்படியென்றால் வாத்ஸ்யாயனர் அதற்குப் பின் வாழ்ந்தவர். அதே சமயம், ஆறாம் நூற்றாண்டில் வாழ்ந்த வராஹ மிஹிரர், 'ப்ருஹத்சன்ஹிதா' என்ற நூலில் பதினெட்டாம் அத்தியாயத்தில் காதலைப்பற்றிச் சொல்லும்போது, வாத்ஸ்யாயனரை பல இடங்களில் குறிப்பிடுகிறார். அப்படியென்றால், இந்த வாத்ஸ்யாயனர் முதலாம் நூற்றாண்டிற்கும் ஆறாம் நூற்றாண்டிற்கும் இடைப்பட்ட காலத்தில் வாழ்ந்திருக்கவேண்டும்.

அடுத்த கேள்வி, இப்பொழுது காமசூத்திரா என்று நாம் வைத்திருக்கும் நூல் காமசூத்திராதானா? ஆம் எனில், எந்த அளவு ஒழுங்கானதாக

இருக்கிறது? இதே கேள்வி பார்ட்டனுக்கும் வந்தது. அவருக்கு மொழிபெயர்ப்புக்கு உதவ வந்திருந்த தலைமை பண்டிதர் பின் வருமாறு உத்தரவாதம் அளித்தார்: 'நான்கு வெவ்வேறு இடத்தி லிருந்து வந்த பிரதிகளை ஒப்பிட்டுப் பார்த்து இதைத் தயார் செய்திருக்கிறேன். ஜெயமங்களா என்ற விளக்கவுரையையும் உதவிக்கு வைத்துக்கொண்டேன். முதல் ஐந்து பகுதிகளைச் சரிபார்ப்பதில் எந்தச் சிரமமும் ஏற்படவில்லை. மீதிப் பகுதிதான் தலைவலியாக இருந்தது. ஒரு பிரதியில் சரியாகவும், மற்ற பிரதிகளில் சரியில்லாமலும் இருந்தது. ஆனால் எல்லா பிரதிகளிலும் குறிப்பிடப் பட்டுள்ளவற்றையே சரியானதாக எடுத்துக்கொண்டுள்ளேன். கவலைப்பட வேண்டாம். இது சத்தியமாக வாத்ஸ்யாயனர் எழுதியது தான்!' பண்டிதர் உறுதியளித்தார்.

மொழிபெயர்ப்பு சரி. அது என்ன விளக்கவுரைகள்? வாத்ஸ்யாயனர் எழுதிய நூலுக்கு இரண்டு விளக்கவுரைகள் மட்டுமே கிடைத்துள்ளன. ஒன்று 'சூத்திர வ்ருத்தி'. இரண்டு 'ஜெயமங்களா'. சூத்திர வ்ருத்தியை எழுதியவர், சர்வேஸ்வர் சாஸ்திரியின் சீடப்பிள்ளையான 'நர்சிங் சாஸ்திரி'. இவருக்கு ஊர் பாசம் அதிகம்போல. விளக்கம் எழுதி முடித்த பின் ஒவ்வொரு அத்தியாயத்துக்குப் பிறகும் அவர் ஊர்ப் பெயரையும் சேர்த்து, 'பாஸ்கூர் நர்சிங் சாஸ்திரி' என்றே குறிப்பிடுகிறார். இவர் காசியில் வாழ்ந்தபொழுது ராஜா வ்ர்ஜாலாலா என்பவரின் கட்டாயத்தின் பெயரால் விளக்கவுரை எழுதினார். கட்டாயப்படுத்தி எழுத வைத்ததாலோ என்னவோ இவரின் விளக்கவுரை அவ்வளவு விவரமாக இல்லை. பல இடங்களில், வாத்ஸ்யாயனர் என்ன சொல்ல வருகிறார் எனப் புரிந்துகொள்ளாமல், தனது சொந்த சரக்கை அள்ளித் தெளித்து சொதப்பி இருக்கிறார்.

இன்னொரு உரையான ஜெயமங்களா அப்படியில்லை. இதற்கு 'சூத்திரபாஷ்யம்' என்ற பெயரும் உண்டு. ஜெய மங்களாவில் அறுபத்து நான்கு கலைகளைப்பற்றிக் குறிப்பிடும்பொழுது, பத்தாம் நூற்றாண்டில் எழுதப்பட்ட காவ்யப்பிரகாசத்தில் இருந்து மேற்கோள் காட்டுகிறார். மேலும் சாளுக்கிய மன்னர்களில் சிறந்தவனும் இரண்டாம் அர்ஜுனன் என்றும் அறியப்பட்ட ராஜாதி ராஜா விசாலதேவனின் நூலகத்திலிருந்து எடுத்த, காதல் கலைபற்றி வாத்ஸ்யாயனர் எழுதிய காமசூத்திரம் இதோடு முற்றுப் பெறுகிறது என்று விளக்கவுரையை முடிக்கிறார். இந்த விசாலதேவன் குசேரட்டை கி.மு 1244-1262 வரை ஆட்சிபுரிந்தான் என்பதும் விசாலநகர் என்ற நகரத்தை உருவாக்கினான் என்பதும் வரலாற்றுப்

பூர்வமான உண்மை. இதன் மூலம் ஜெயமங்களா பத்தாம் நூற்றாண்டுக்குப் பின்னரும் பதிமூன்றாம் நூற்றாண்டுக்கு முன்னதாகவும் எழுதப்பட்டிருக்கவேண்டும் என்று தெரியவருகிறது.

காமசூத்திராவின் முடிவில் தான் யார்? எப்படி இந்த நூலை எழுதினார் என்பதை எல்லாம் குறிப்பிடும் வாத்ஸ்யாயனர், காமசூத்திரா எதற்காக என்றும் குறிப்பிடுகிறார். 'இந்த நூலை ஆசைகள் தீர்த்துக்கொள்ள உதவும் ஒரு கருவியாக மட்டும் பயன்படுத்தக் கூடாது. இந்த நூலைப் படிப்பவர்களில் எவன் ஒருவன், இந்தக் காதல் என்னும் அறிவியலின் அடிப்படைகளைப் புரிந்துகொண்டு, தன் தர்மத்தையும் செல்வத்தையும் பாதுகாத்து, ஆசைகளையும் கட்டுக்குள் வைத்துக்கொண்டு, மக்களின் பழக்கவழக்கங்கள், சம்பிரதாயங்களை மதித்து நடக்கிறானோ அவன்தான் ஐம்புலன்களையும் அடக்க இயலும். சுருக்கமாக தர்மத்தைக் காப்பதற்கும், செல்வத்தை அடைவதற்கும், காமத்துக்கும் சரியான அளவில் முக்கியத்துவம் தரும் அறிவாளி நிச்சயமாக ஆசைகளுக்கு அடிமையாக மாட்டான். அவன் செய்யும் அனைத்துக் காரியங்களிலும் வெற்றி பெறுவான்' எனவும் குறிப்பிடுகிறார்.

வாருங்கள், அனைத்திலும் வெற்றி பெற வாத்ஸ்யாயனர் என்னதான் சொல்கிறார் எனப் பார்த்து விடலாம்!

3. தர்மம் - அர்த்தா - காமம்

நூறாண்டு காலம் வாழும் மனிதன் அவன் வாழ்க்கையை எப்படி வாழ வேண்டும்? தர்மம், அர்த்தா மற்றும் காமத்தை அவற்றுக்கான சரியான கால கட்டத்தில் சரியான முறையில் பின்பற்ற வேண்டும். குழந்தைப் பருவமா, கல்வி யறிவு. இளமையா, செல்வம் சேர். அதைத் தாண்டிய பருவமா, இன்பமாக இரு. நாடு போ காடு வா என்று சொல்கிறதா, தர்ம காரியங்களில் ஈடுபட்டு மோட்சத்தை அடையும் வழியைப் பார்.

என்னது நூறாண்டா? நிச்சயமில்லா வாழ்க்கையில் எப்பொழுது என்ன நடக்கும் என்று யாருக்குத் தெரியும். இந்த வயதில் தான் இதைச் செய்ய வேண்டும் என்று சொல்வது சரியாக வருமா? சரியான காலம் வரும்முன் காலன் வந்து விட்டால்? சரி போனால் போகட்டும். இந்த வயதில்தான் இது என்பதை விட்டுவிடலாம். சங்கரா சங்கரா என்று சொல்வதற்கு சாகும் காலம் வரும்வரை காத்திருக்க வேண்டாம். சம்பாதிக்கும் காலத்திலும் தர்மம் செய்து

கொள்ளுங்கள். அப்பொழுது இன்பம்? அட! அதையும் இளமைப் பருவத்தில் அடையலாம் தப்பில்லை. ஆனால் படிப்பை முடிக்கும் முன் இதுபற்றிய சிந்தனை எல்லாம் கூடவேகூடாது. நிஜமான பிரம்மச்சரிய வாழ்க்கை வாழ்ந்தே ஆகவேண்டும்.

இந்தத் தர்மம், அர்த்தா, காமம் என்றால் என்ன? அவற்றை சரியாகப் பின்பற்றுவது?

மத நூல்களில் சொல்லப்பட்ட சாஸ்திர சம்பிரதாய விதிகளை கடைப்பிடிப்பதே தர்மம் ஆகும். இந்த பூஜையைச் செய், புண்ணியம் கிடைக்கும். செத்த பின் சொர்க்கத்துக்குப் போவாய். இல்லை யென்றால் நரகம்தான் போன்ற விதிகளுக்கு மக்கள் அவ்வளவாக மதிப்போ, முக்கியத்துவமோ தருவதில்லை. செத்தால் மண்ணாகவோ சாம்பலாகவோ போகப் போகிறோம் என்று இருந்து விடுகிறார்கள். ஆனால் கையில காசு வாயில தோசை போன்ற விதிகள் என்றால் பயபக்தியுடன் பின்பற்றுகிறார்கள்.

இந்தத் தர்மத்தைப்பற்றி புனித நூல்களில் இருந்தும் அவற்றைப்பற்றி நன்கு அறிந்தவர்களிடம் இருந்தும் கற்றுக் கொள்ளலாம்.

மண்ணையும் பொன்னையும் மட்டுமில்லாமல், நண்பர்கள் சம்பாதிப்பதும்கூட 'அர்த்தா' எனப்படுவதில் சேரும். சம்பாதிப்பது மட்டும் முக்கியம் அல்ல. சம்பாதிப்பதை பாதுகாக்கவேண்டும். பாதுகாக்கப்பட்டதைப் பலமடங்காகப் பெருக்கவேண்டும். இதை யெல்லாம் வியாபாரத்தில் வல்லவர்களாக இருப்பவர்களிடமிருந்து கற்கவேண்டும்.

மனமும் மூளையும் சேர்ந்து, தொடுதல், கேட்டல், சுவைத்தல், நுகர்தல், பார்த்தல் ஆகிய ஐம்புலன்களின் உதவியோடு ஆனந்தம் அடைவதே காமம். ஆனந்தம் தருவதும், ஆனந்தம் பெறுவதும் ஒன்றோடு ஒன்று இணைய, அவை இணைகின்றன என்ற உணர்வும், அந்த சங்கமத்தின் காரணமாக வரும் குதூகலமே காமம்.

இந்தக் காமத்தை காமசூத்திராவிலிருந்தும், வாழ்க்கையை உல்லாச மாக வாழ்பவர்களிடமிருந்தும் கற்கவேண்டும்.

தர்மமா, அர்த்தாவா, காமமா என்றால் முதல் மரியாதை தர்மத்துக்குத் தான். காமம் கடைசியில்தான் என்பதில் குழப்பம் இருக்கக்கூடாது. ஆனால் விதிவிலக்குகள் உண்டு. அரசனா? மற்றவர்களின் வாழ்க்கைக்கு பொறுப்பானவனா? அப்படியென்றால், உனக்கு வாழ்க்கையை வாழ, முக்கியமான செல்வம் சேர்க்கும் அர்த்தா என்ற கடமைதான் முக்கியம். அடடே! தேவமகளிரா, நீவிர் காமமே கருமமாக இருக்கவேண்டும்.

இந்தத் தர்மம் என்பதை எல்லாம் கண்டிப்பாக பின்பற்ற வேண்டுமா என்ன? அடுத்த நொடி என்ன நடக்கும் என்பதே தெரிவதில்லை. இதில் முன்ஜென்மம், மோட்சம் என்பதெல்லாம், மோடி மஸ்தான் வேலைபோல் இருக்கிறதே. பணம் சம்பாதிப்பதை மட்டும் குறிக்கோளாக வைத்துக்கொண்டால் என்ன? இப்படியொரு எண்ணம் எழுகிறதா?

அபச்சாரம்! அப்படியெல்லாம் நினைக்கவேகூடாது. புனித நூல்கள், தர்மத்தைப் பின்பற்றவேண்டும் என்று உறுதியாகச் சொல்கின்றன. எதிரிகளை அழிக்க, மழை பெய்ய போன்ற காரியங்களுக்கெல்லாம் படையல் போடுவது, பலி கொடுப்பது, பிரார்த்தனை செய்வது போன்றவை பலன் கொடுத்திருக்கின்றன என்பதைக் கண் கூடாகக் பார்க்கிறோம். இந்த சூரிய சந்திரரும், நட்சத்திரங்களும், கிரகங்களும் இருப்பதும் இயங்குவதும் மனிதனின் நன்மைக்காகவே. இந்த உலகம் வாழ்வதும் வீழ்வதும் பிராமணர், சத்ரியர், வைசியர், சூத்ரர் என்று நான்கு வித வர்ணங்களை வாழ வைப்பதிலும், ஒவ்வொருவருடைய வாழ்க்கையிலும், பிரம்மச்சரியம், கிருஹஸ்தம், வானப்பிரஸ்தம், சன்னியாசம் என்ற நான்கு ஆசிரமங்களை கடைப்பிடிப்பதிலும்தான் இருக்கிறது. அப்படி இருக்கும்பொழுது தர்மத்தையாவது கைவிடுவதாவது? தப்பு தப்பு! அப்படியொரு நினைப்பே எழக்கூடாது. மரம் வளரும் என்ற நம்பிக்கையில்தானே விதையை விதைக்கிறோம். அது போலத்தான் தர்மமும். ஆகையால் கடைப்பிடித்தே ஆகவேண்டும்.

எல்லாம் விதிப்படிதானே நடக்கும்? விதிதான் வாழ்க்கையை வழி நடத்துகிறது. அதிர்ஷ்டம் இருந்தால் அரசன், இல்லை என்றால் ஆண்டி. அவ்வளவுதான். அப்படி இருக்கும்பொழுது செல்வம் சேர்க்கவேண்டும் என்று எதற்கு வீணாகக் கஷ்டப்படவேண்டும். வரவேண்டும் என்றால் வந்தே தீரும்.

விதிதான் வழி நடத்துகிறது என்றாலும் நடக்கவேண்டும் அல்லவா? அர்த்தாவை அடைய வேண்டுமென்றால் அவஸ்தைப்பட்டே தீரவேண்டும். முன்னேறவேண்டும் என்றால் முயற்சி செய்தே ஆகவேண்டும்.

சரி, தர்மம், அர்த்தா போன்றவை உயர்ந்தவை. பின்பற்றவேண்டும். அடைய முயற்சிக்கவேண்டும். தர்மத்தையும் அர்த்தாவையும் அடைவதற்கு காமம் குறுக்கே நிற்காதா? நல்லவர்கள் இதை நாடுவார்களா? ஆசை வெட்கம் அறியாது என்பார்கள்? இந்த வெட்கம் கெட்ட மானங்கெட்ட காமம் அசிங்கமானது இல்லையா? கேவலமானது இல்லையா? கஷ்டத்தில் குழியில் தள்ளாதா?

காமத்தினால் இந்திரன், சந்திரன் கெடவில்லையா? திரௌபதி மீது கீசகன் கொண்ட ஆசை, சீதை மீது ராவணன் கொண்ட ஆசை எல்லாம் அழிவைக் கொடுத்ததா? ஆனந்தம் கொடுத்ததா?

இந்த வாதம் எல்லாம் செல்லாது. பிச்சைக்காரன் பிச்சை கேட்பான் என்று சமைக்காமல் இருக்கிறோமா? பயிரை, பசு சாப்பிட்டு விடும் என்று விவசாயம் செய்யாமல் இருக்கிறோமா? திருடன் இருக்கிறான் என்று சம்பாதிக்காமல் இருக்கிறோமா? அதுபோலத்தான் இதுவும். உடலுக்கு சாப்பாடு எவ்வளவு முக்கியமோ அவ்வளவு முக்கியம் காமம் என்னும் சமாச்சாரமும். சாப்பாட்டை எப்படி அளவாக எடுத்துக் கொள்கிறோமோ அதேபோல் காமமும் கட்டுப்பாடோடு இருக்கவேண்டும். இன்னும் சொல்லவேண்டும் என்றால், தர்மம், அர்த்தாவின் விளைவே காமம்.

ஆகையால் தர்மம், அர்த்தா, காமம் ஆகியவற்றை முறையாகப் பின்பற்றுபவன் இந்த உலகம் என்று இல்லாமல் எல்லா உலகங்களிலும் இன்பத்தைப் பெறுகின்றான். இந்த மூன்றில் ஏதாவது ஒன்றுக்கு நாம் செய்யும் செயல் ஆதரவாகவும் மற்றவற்றுக்கு இடையூறாகவும் இருக்கும் என்றால் அந்தச் செயலை செய்யக்கூடாது.

தர்மம், அர்த்தா எல்லாம் மனிதனுக்கு மிகவும் முக்கியமானது. அதை ஒழுங்காகக் கற்றுக்கொள்ளவேண்டும். அதற்காக புத்தகம் எழுதுவது சரி. ஒழியட்டும்... காமமும் முக்கியமானதுதான். இல்லையென்று சொல்லவில்லை. ஆனால் இந்த காமம் என்னும் கண்றாவிதான் மிருகங்கள் உட்பட அத்தனை ஜீவராசிகளுக்கும் பொதுவானதாக இருக்கிறதே. மிருகங்கள் எல்லாம் என்ன இதற்கு கோச்சிங் கிளாஸா போகிறது. அப்புறம் எதற்கு நமக்கு மட்டும் காமத்துக்கு என்று ஒரு புத்தகம்?

அடப்பாவிகளா! மனிதனும் மிருகமும் ஒன்றா. மிருகங்களுக்குக் கட்டுப்பாடு என்று ஒன்று கிடையவே கிடையாது. தவிர, எல்லாக் காலங்களிலும் அவற்றால் மஜா செய்ய முடியாது. மேலும் ஆறாம் அறிவு இல்லாமல் வம்ச விருத்தி மட்டுமே என்பதே அதன் குறிக்கோள். மிருகத்தை நடத்துவதுபோல் உன் துணையை நடத்தலாமா? மூடனே. அதனால்தான் இதுபற்றிய சரியான அறிவும், சரியான முறையில் பின்பற்றுவதும் முக்கியமானதாகிறது. அதைக்கற்றுக் கொள்ள காமசூத்திரா கண்டிப்பாகவேண்டும்.

4. வாழ்க்கையை அனுபவிப்பது எப்படி?

தர்மம் மற்றும் அர்த்தா ஆகியவற்றுடன் சம்பந்தப்பட்ட கலைகளை மட்டுமில்லாமல் ஓர் ஆண் மகன், காமம் மற்றும் அதனுடன் தொடர்புடையவற்றையும் கற்றுக்கொள்ளவேண்டும். காமத்தைக் கொண்டாட ஆண் பெண் இருவரும் தேவை எனும்போது ஆண் மட்டும் கற்றுக்கொள்வதில் என்ன பிரயோஜனம்? அதனால், இளம் பெண்களும் கல்யாணத்துக்கு முன்னரே காமக் கலையை நிச்சயம் கற்றுக்கொள்ள வேண்டும். கல்யாணத்துக்கு பிறகு கணவனின் அனுமதியைப் பெற்று கற்றுக் கொள்ளவேண்டும்.

என்னது பெண்களா, அவர்கள் எதுவுமே படிக்கத் தேவையில்லை என்று சொல்கிறோம். அப்படியிருக்க காமசூத்திராவை மட்டும் எதற்குப் படிக்கவேண்டும்?

ஐயா! நான் கேட்கிறேன். அவர்கள் ஏன் அதைப்பற்றி படிக்கக்கூடாது? வேத மந்திரத்தைச் சொல்லும் அனைவருக்கும், அவர்கள் சொல்லும் மந்திரத்தின் அர்த்தம் தெரியுமா? ஆடு மாடு வளர்ப்பவர்கள்

எல்லாம் அதற்கான பள்ளிக் கூடங்களில் படித்து விட்டா வருகிறார்கள்? அரசாங்க சட்ட திட்டங்களை எல்லாம் நாம் சட்டம் படித்தா பின்பற்றுகிறோம்? எல்லாம் பழக்க வழக்கத்தில் வருவதுதான். அது மட்டுமில்லை. அரசகுலப் பெண்கள், அமைச்சர்கள் வீட்டுப் பெண்கள், இன்னும் மற்ற பெரிய குடும்பத்துப் பெண்கள் எல்லாம் இதைப்பற்றி படிக்கும்பொழுது பாமரப் பெண்கள் ஏன் படிக்கக்கூடாது?

ஆகையால், பெண்கள் நிச்சயம் காமசூத்திராவைப் படிக்கவேண்டும். முழுவதையும் படிக்க முடியவில்லையென்றால் குறைந்த பட்சம் ஒரு சில பகுதிகளையாவது படித்தே ஆகவேண்டும். படித்தால் மட்டும் போதாது. நெருங்கிய தோழியின் உதவியுடன் பயிற்சியும் செய்து பார்க்கவேண்டும்.

படிக்கக்கூடாது என்பதில் கட்டுப்பாடில்லைதான். ஆனால் யாரிடம் இருந்து பெண்கள் கற்றுக்கொள்கிறார்கள் என்பதில் நிச்சயம் கட்டுப்பாடு இருக்கிறது.

தன் நம்பிக்கைக்கு உரிய தங்கை அல்லது தோழி, சித்தி, வீட்டிலிருக்கும் வயதான பெண் வேலையாள், அல்லது அவளை வளர்த்த தாதியின் மணமான பெண், இவர்களிடமிருந்து மட்டும்தான் கற்றுக்கொள்ளவேண்டும்.

காமக் கலையுடன், ஆடல், பாடல், நாடகம் நடித்தல், இசைக் கருவிகளை இசைத்தல், ஓவியம், கவிதை, சூதாடுதல், பச்சை குத்துதல், சிலைகளை அழகுபடுத்துதல், சமைத்தல், பூக்கோலம் இடுதல், அழகுக் கலை, மணிமாலைகள், ஆபரணங்கள், வாசனைத் திரவியங்கள் செய்தல், தையல் கலை, தச்சுக் கலை, கத்திச் சண்டை, அம்பு விடுதல், மேஜிக், மிமிக்ரி, புதிர்கள் போடுதல், மந்திரங்கள் சொல்லுதல், பல மொழிகளைப் பேசுவது, சங்கேத பாஷை, பார்த்தவுடன் ஆட்களை எடை போடுவது, சமூகத்தில் யாருக்கு எவ்வாறு மரியாதை தருவது, கிளிகளுக்கு பேச கற்றுத் தருவது என்று ஆய கலைகள் அறுபத்து நான்கு என்ற பெரும் பட்டியலில் இருக்கும் அனைத்தையும் கற்றுக்கொள்ளவேண்டும் என்கிறார் வாத்ஸ்யாயனர்.

அழகாகவும் நல்ல குணத்தோடும், இந்தக் கலைகளில் பரிச்சயமும் இருக்கும் பொதுப் பெண்டிர், கணிகைகள் என்று உயர்வாக அழைக்கப்படுவார்கள். அவர்களுக்கு அரசரும் மற்ற படித்த மேன்மக்களும் உரிய மரியாதையை கொடுப்பர். இதை அரச மகளிர் கற்றுக்கொண்டால், அவர்கள் தம் கணவரை தன் வசம் கட்டிப் போடலாம். குறிப்பாக அவருக்கு ஆயிரம் மனைவிகள் இருந்தாலும்,

கலைகளைக் கற்றறிந்த மனைவிக்கே முன்னுரிமை இருக்கும். இந்தக் கலைகளில் பரிச்சயம் இருந்தால், கணவன் கைவிட்டாலும் இந்தக் கலைகளை வைத்து பிழைத்துக்கொள்ளலாம்.

இந்தக் கலைகளை பெண்கள் மட்டுமில்லாமல் ஆண்களும் கற்றுக் கொள்ளவேண்டும். இந்தக் கலைகளைப்பற்றி ஆண்கள் ஓரளவு சுமாராகத் தெரிந்து வைத்திருந்தாலே போதும், பெண்களை எளிதில் ஈர்த்து விடலாம். அதுவே நன்றாகக் கற்று வைத்திருந்து, நன்றாகப் பேசவும் தெரிந்த வீரனாக இருந்தால், பழக ஆரம்பித்த குறுகிய காலத்திலேயே பெண்களின் மனத்தை வென்று விடுவான்.

மனத்தை மட்டும் வென்றால் போதுமா? மஞ்சத்தில் வெல்ல வேண்டாமா? அந்த மஞ்சம் எல்லாம் போட்டு வைக்க வீடு வேண்டாமா? அந்த வீடு எங்கு இருக்கவேண்டும்? எப்படி இருக்கவேண்டும்? என்று அதற்கும் வாத்ஸ்யாயனர் விலாவரியாக விளக்குகிறார்.

ஆண் மகன் படித்து முடித்தாயிற்று. அவன் கையில் கொஞ்சம் காசும் இருக்கிறது என்றால், அடுத்து என்ன? ஒரு வீடு வாங்குவதுதான்! வாழும் வீடு நீர்நிலைக்குப் பக்கமாக, நல்லவர்கள் வாழும் பகுதியில் இருக்கவேண்டும். வீட்டைச் சுற்றி செடி கொடிகள் நிறைந்த தோட்டமும், அங்கு ஜிலு ஜிலுவென காற்றை அனுபவிக்க ஊஞ்சல், பூ மேடை எல்லாம் இருக்கவேண்டும்.

வீட்டில், பெண்களுக்கென்று உள்புறமாக ஓர் அறை இருக்க வேண்டும். வருபவர்களை வரவேற்க வெளி அறை இருக்கவேண்டும். அந்த அறையில் வாசனைத் திரவியங்கள் எல்லாம் அடித்து வாசனை கம கமவென்று வீசவேண்டும். வெள்ளை விரிப்பு போடப்பட்ட இலவம்பஞ்சு மெத்தை, அதன் இரு பக்கங்களிலும் தலையணை, மற்றும் ஒரு சோபா, அதன் பக்கத்தில் ஒரு ஸ்டூல், அதன்மேல் ஒரு பூ ஜாடி. வாசனைத் திரவியங்கள், பொழுது போக்க விளையாட்டுச் சாமான்கள் எல்லாம் இருக்கவேண்டும். பீடா அல்லது எச்சில் துப்ப வசதியாக ஒரு பானையை வைக்கவேண்டும். பின்னே வெள்ளை விரிப்பை எல்லாம் பாதுகாக்க வேண்டாமா? அறையைப் பூக்களால் அலங்கரித்தால் மட்டும் போதாது. யானை தந்தம் எல்லாம் இருக்கவேண்டுமாம். வீட்டில் யானை தந்தம் வைத்திருந்தால், வனத்துறைக்கு பதில் சொல்ல வேண்டிய கால கட்டத்தில் வாத்ஸ்யாயனர் வாழவில்லை!

இதுதாண்டா வீடு என்று சொல்லும் வீடு எப்படி இருக்கவேண்டும் என்று பார்த்த பின்பு, இது தாண்டா வாழ்க்கை என்று சிலாகித்துச்

சொல்லும்படியாக, ஒரு நாளை எப்படிக் கழிக்கவேண்டும் என்று பார்க்க வேண்டாமா?

காலை எழுந்தவுடன் பல்லை விளக்கவேண்டும். கண்ணுக்கும் உதட்டுக்கும்கூட மேக்கப் போடவேண்டும். உடலுக்கு செண்ட் அடித்துக்கொள்ளவேண்டும். வாய் மணக்க வெற்றிலை போட்டுக் கொள்ளவேண்டும். அப்போ குளியல்? தினமும் எண்ணெய் தேய்த்துக் குளிக்கவேண்டும். நான்கு நாள்களுக்கு ஒரு முறை கட்டிங் ஷேவிங் செய்யவேண்டும். முகம், தலை தவிர மற்ற இடங்களில் இருக்கும் முடியை, ஐந்து அல்லது பத்து நாள்களுக்கு ஒருமுறை நீக்கியாகவேண்டும். வேளா வேளைக்குச் சரியாக சாப்பிட்டு விட வேண்டும். நன்றாக உடை உடுத்திக்கொள்ளவேண்டும். கிளிகளுக்குப் பேச சொல்லிக் கொடுப்பது, சேவல் சண்டை விடுவது, மதியத்தில் லைட்டாக படுத்து உறங்குவது, நண்பர்களோடு இருப்பது என்று பகல் பொழுதைக் கழிக்கவேண்டும். மாலை மயங்கும் நேரம் ஆனால், அலங்கரிக்கப்பட்ட அறையில் ஆடல் பாடலுடன் நேரம் போகவேண்டும். ஒரு பெண்ணின் மூலமாக அல்லது தானே சென்று ஒரு பெண்ணை அழைத்து வந்து தனியாகவோ இல்லை நண்பர்களுடனோ இன்பமாகப் பேசி பொழுதைக் கழிக்கவேண்டும். இந்தக் காலத்துக்கு ஏற்ற மாதிரி சொல்ல வேண்டுமென்றால் நண்பர்களுடன் ஹாங்க் அவுட் செய்யவேண்டும் அல்லது கேண்டில் லைட் டின்னர் டேட்டிங்குக்கு தினம் போகவேண்டும்!

தினமும் இதுபோல் இருந்தால் போரடிக்காதா! அதனால் அவ்வப் பொழுது பண்டிகை, திருவிழா, கச்சேரி, பார்ட்டி என்றும் கொண்டாடவேண்டும். ஏன், எப்பொழுதாவது ஆண்களும் பெண்களும் சேர்ந்து மது குடிக்கவும் செய்யலாம். பெண்களுடன் பூங்காக்களுக்கு குதிரையில் (தற்காலத்துக்கு பைக் என்று வைத்துக் கொள்ளலாம்) சென்று வரலாம். வீக் எண்ட்களில் (வார இறுதியில்) கேர்ள் ஃப்ரெண்டுடன் மாலுக்குச் சென்று வருவதில்லையா அதுபோல. வெயில் காலங்களா, சுத்தமான பாதுகாக்கப்பட்ட குளங்களில் நீச்சலடிக்கச் செல்லலாம். இரவெல்லாம் சீட்டாடலாம். நிலா வெளிச்சத்தில் நண்பர்களுடன் நடை பயிலலாம் அல்லது பிடித்தமானவர்கள் கை கோர்த்து நடை பயிலலாம். காடு, மலைகளுக்குச் சுற்றுப் பயணம் மேற்கொள்ளலாம்.

புதிதாக அறிமுகமானவர்கள் அல்லது வெளியூரிலிருந்து பாடகர்களை வரவழைக்கவேண்டும். நன்றாகப் பாடுபவர்களுக்கு பரிசுகள் எல்லாம் கொடுத்து கௌரவிக்கவேண்டும். விருந்தினர்களை ஒழுங்காக உபசரிக்கவேண்டும். இப்படி நிகழ்ச்சி நடத்தும்பொழுது ஏதாவது

பிரச்னை வந்தாலும், முன்னின்று நடத்துபவர்கள் ஒற்றுமையாக இருக்கவேண்டும்.

வயது, திறமை, படிப்பு, எண்ணம் எல்லாம் ஒத்துப் போகும் இளைஞர்கள், இளைஞிகள் எல்லாம் ஒன்றுகூடி பேசி மகிழலாம். அவர்களின் திறமைகளை ஒப்பிட்டுப் பார்க்கலாம். இந்தக் கால கவியரங்கங்கள், லிட்டரேச்சர் பெஸ்டிவல்கள் எல்லாம் இதற்குச் சரியான உதாரணங்கள்.

இவை அனைத்திலும் அழகான, அறிவான பெண்கள் உடன் இருக்கவேண்டும் என்று தனியாகச் சொல்ல வேண்டுமா என்ன? ஒரு முக்கியமான விஷயம்! மகிழ்ச்சியாக பொழுதைக் கழிக்க வேண்டுமென எதைச் செய்தாலும் அதில் மிக முக்கியமானது ஊரோடு ஒத்து வாழ்வது. இந்தச் செயல்கள் அனைத்தும் சமூகத்தால் அங்கீகரிக்கப்படவேண்டும். யாருக்கும் எந்த இடையூறும் இருக்கக்கூடாது. மிக முக்கியமாக சமூகத்தின், அரசாங்கத்தின் சட்ட திட்டங்களை மீறவேகூடாது.

இப்படியாக சமூகத்தை மதித்து, சமூகத்தின் மகிழ்ச்சிக்கு வழி செய்கிற, படித்த, பல மொழிகளைப் பேசக்கூடிய ஆண்மகன் மிக உயர்வாக மதிக்கப்படுவான்.

5. பிறர் மனைவியை வளைப்பதற்கான விதிகள்!

ஒரு பெண்ணைத் திருமணம் செய்யப் போகிறாயா? ஆம்! அவள் உன் வர்ணத்தைச் சேர்ந்தவளா? ஆம்! கன்னிப் பெண் தானே? அப்படியென்றால் ஒன்றும் பிரச்னையில்லை. தாராளமாகச் செய்துகொள். பதினாறும் பெற்று பெருவாழ்வு வாழ். இதில் ஏதும் தவறில்லை என்று மனுவே சொல்கிறார். உன் இனம்தான் என்றாலும் முன்பே பல பேருடன் உறவு கொண்டவளா? இது கூடா உறவாயிற்றே! என்னது உன் இனம் இல்லையா? உன்னைவிட உயர்ந்த வர்ணத்தைச் சேர்ந்தவளா? மனு, இதெல்லாம் மிகப் பெரும் தப்பு என்று சொல்கிறாரே! என்ன செய்வது?

சரி, கீழ் சாதியைச் சேர்ந்தவள், சாதியிலிருந்து விலக்கப்பட்டவள், இருமுறை மணம் புரிந்தவள், கணிகைகள்... இவர்களுடன் உறவு கொள்ளலாமா? ம்ஹூம் இது தவறு; செய்யக்கூடாது என்று சொல்ல முடியாது. அதற்காக இதெல்லாம்

தவறில்லை, தாராளமாகச் செய்யலாம் என்றும் சொல்ல முடியாது. சந்தோஷமாக இருப்பது மட்டுமே குறிக்கோள் என்றால், இவர்களுடன் எல்லாம் உறவு கொள்ளலாம்.

யாரை நாயகியாக வைத்துக்கொள்ளலாம்? இளம்பெண்கள், இரு முறை திருமணம் ஆனவர்கள் மற்றும் கணிகையர்களை நாயகிகளாகக் கொள்ளலாம். கோணகிபுத்ரரைப் பொறுத்தவரை நான்காவது வகையும் உண்டு. ஆனால் அதெல்லாம் ஸ்பெஷல் சந்தர்ப்பங்களையும் சூழ்நிலைகளையும் பொறுத்தது. அவை என்னென்ன?

உன்னை விட உயர்ந்த ஜாதியாக இருந்தாலும் அவளே விருப்பப்பட்டு வருகிறாள். அதுவும் பலருடன் முன்பே உறவு கொண்டவள். பொதுப் பெண்டிரைப் போன்றவள். அதனால் அவளுடன் உறவு கொண்டாலும் அது அதர்மமாகாது. அதே போல்தான் இருமுறை திருமணமானவள் என்றாலும் தவறில்லை.

கணவனை கட்டுக்குள் வைத்திருக்கும் மணமான பெண்ணுக்கும் நூல் விட்டுப் பார்க்கலாம். ஆனால், பின்வருவனவற்றில் ஏதாவது நடக்கும் என்றால் மட்டுமே முயற்சி செய்யலாம். இல்லையென்றால் பெருமூச்சு விடுவதோடு நிறுத்திக்கொள்ளவேண்டும்.

இவள் கணவனின் நண்பன் எனக்கு எதிரி. ஒன்று இவளை திருப்திப்படுத்தி, இவள் மூலம் இவளது கணவனின் மனத்தை மாற்றி எதிரியை நண்பனாக்கலாம். இல்லை, என் எதிரிக்கும் இவளுக்கும் 'நட்பினை' ஏற்படுத்தி அதன் மூலம் இவளின் கணவனுக்கும் என் எதிரிக்கும் இருக்கும் நட்பினை நாசப்படுத்திட முடியும் என்றால் அவளோடு 'பழகலாம்'.

இவளுடைய கணவன் என் மீது மிகக் கடுப்பில் இருக்கிறான். கொலை செய்தாலும் செய்துவிடுவான். இவளை அடைந்து அவனை அமைதியாக இருக்கச் சொல்லவேண்டும்.

இவளின் மூலம் எதிரிகளை ஒழிக்கவோ இல்லை ஏதாவது கடினமான வேலையை எளிதாக முடிக்க முடியும். இவளின் கணவனைக் கொன்று அவனுடைய சொத்தை அடையலாம். இப்படி ஏதாவது காரணங்கள் இருந்தால் மற்றவர்கள் மனைவிகள்மீது மோகம் கொள்ளலாம்.

அவ்வளவு தானா? இல்லை! ஒரு பெண்ணை அடைவதில் ஆபத்து ஏதும் இல்லாமல், வறுமை நீங்கி செல்வம் வருமானால் அவளை அடையலாம். அல்லது, இவளை மயக்கினால், இவள் மூலம் நான்

விரும்பும் வேறு ஒரு பெண் அல்லது இளம்பெண்ணை அடைய முடியும் என்றாலும் முயற்சி செய்யலாம்.

அவள், உன் மீது அளவுகடந்த விருப்பம் கொண்டிருக்கிறாள். அதே சமயம் உன் ரகசியங்கள் எல்லாம் அறிந்தவள். அதை எல்லாம் வெளியிட்டால் மிகப் பெரும் பிரச்னைகள், ஆபத்துகள் எல்லாம் வரும். அப்படியென்றால் அவளின் மிரட்டலுக்கு அடி பணிந்து அவளை அணைப்பதைத் தவிர வேறு வழி இல்லை. எதுவும் நடக்காமலே உன் மீது பொய்க் குற்றச்சாட்டைச் சுமத்தி, அவள் கணவனை எதிரியாக மாற்றி விடும் அபாயம் இருந்தால் அவளின் விருப்பத்துக்கு இணங்கி அவளுடன் உறவு கொள்ளலாம்.

உன் மனைவியின் கற்புக்கு, அப்பெண்ணின் கணவன் களங்கம் கற்பித்திருந்தால், பழிக்குப் பழியாக நீயும் அவளுடன் கபடி விளையாடலாம். உன் அரசனின் எதிரி இந்தப் பெண்ணுடன்தான் இருக்கிறான். அவனைக் கொல்ல அரசன் உத்தரவிட்டிருக்கிறான். இவளோடு உறவுகொண்டால் அரசனுடைய எதிரியின் உயிரை எடுக்கலாம் என்றாலும் அவளோடு உறவாடலாம்.

இதுபோன்ற முக்கியத்துவம் வாய்ந்த காரணங்களுக்காக மட்டுமே மற்றவர்களின் மனைவியுடன் மஞ்சத்தில் இருக்கலாம். ஆனால் நிச்சயம் மோகம், காதல் ஆசை காரணமாக இருக்கவேகூடாது.

சாரண்யரின் கருத்துப்படி, இதுபோன்ற ஸ்பெஷல் காரணங்களுக்கான நான்காவது வகையைத் தாண்டி, ஐந்தாவது வகை நாயகியரும் உண்டு. அமைச்சரால் பராமரிக்கப்படுபவள் அல்லது ஆண் தேவைகளுக்காக மட்டுமே ஒரே ஆணை நாடும் விதவைப் பெண்.

ஸ்வர்ணபவாவோ, சாமியார் போல (சாமியார் அல்ல) வாழ்க்கை நடத்தி வரும் விதவைப் பெண்ணையும் ஆறாவது வகை நாயகியாகக் கருதலாம் என்கிறார்.

கணிகையரின் பெண், வேலையாள்களின் இளம்பெண்களையும் ஏழாம் வகை நாயகியர் என்று கோதகமுகா சொல்கிறார். கோணர்தியர் என்னடாவென்றால் நல்ல குடும்பத்தில் பிறந்த வயது வந்த எந்தப் பெண்ணையும் எட்டாம் வகை நாயகியராகக் கருதலாம், தப்பே இல்லை என்று ஒரு போடு போடுகிறார்.

முதலில் கூறப்பட்ட நான்கு வகை நாயகியருக்கும் பின்னால் சொல்லப்பட்ட நான்கு வகை நாயகியருக்கும் அதிகம் வித்தியாச மில்லை. இவ்வளவு பிரிவுகள், பாகுபாடுகள், கட்டுப்பாடுகள் எல்லாம் தேவையில்லை. இளம்பெண், பொதுப் பெண்டிர், இரு

முறை மணமானவள் மற்றும் ஏதேனும் முக்கியமான காரணம் அல்லது சிறப்பான சூழ்நிலைகளுக்காக பயன்படுத்தப்படும் பெண் ஆகிய நால்வகை நாயகியர் மட்டுமே என்பது வாத்ஸ்யாயனரின் கருத்து!

எந்தெந்தப் பெண்களையெல்லாம் தொடலாம் என்பது இருக்கட்டும், யாரைத் தொட்டாலும் தொடாவிட்டாலும், எக்காரணத்தைக் கொண்டும், ஒரு சில பெண்கள் இருக்கும் பக்கம், தலை வைத்துக்கூட படுக்கக்கூடாது என்று பட்டியலிடுகிறார் வாத்ஸ்யாயனர்.

மனநிலை சரியில்லாதவர்கள், குஷ்டம் பிடித்தவர்கள், சாதியிலிருந்து விலக்கப்பட்டவள், ரகசியங்களைக் காக்க முடியாதவள், வாங்க பழகலாம் என்று பப்ளிக்காக அழைப்பவள், ரொம்பவும் வெள்ளையாகவோ இல்லை கறுப்பாகவோ இல்லை துர்நாற்றம் வீசுபவளாக இருப்பவள், நெருங்கிய சொந்தம் அல்லது தோழி, பெண் சாமியார் இவர்களை எல்லாம் காமக் கண்ணோடு பார்க்கவேகூடாது.

மிக முக்கியமாக, சொந்தக்காரன், நண்பன், படித்த அந்தணன், மன்னன் இவர்களின் மனைவிகள் மீதும் மோகம் கொள்வது கூடவே கூடாது.

ஐந்து ஆடவர்கள் ஒரு பெண்ணுடன் உறவு கொண்டிருந்தால், இதுபோன்ற விதிகள் எல்லாம் பொருந்தாது என்பது பாப்ரைவர் வழி வந்தவர்கள் கருத்து. ஆனால் கோணகிபுத்ரரோ, ஐந்தாக இருந்தாலும் சரி, ஐம்பது ஆண்களாக இருந்தாலும் சரி, படித்த அந்தணன், நெருங்கிய உறவினர் மற்றும் மனைவி என்றால் மறந்து விடு. அவர்கள் மீது மோகம் வைப்பது மகா பாவம் என்று சொல்கிறார்.

இந்த... நண்பேன்டா என்று சொல்கிறார்களே. யார் எல்லாம் நண்பர்கள் வகையில் சேர்த்தி? குழந்தைப் பருவத்தில் மணலில் வீடு கட்டி விளையாடியவர்கள், உடன் படித்தவர்கள், நன்றிக்கடன் பட்டவர்கள், செயல் சிந்தனை மட்டும் இல்லாமல் ஒரே மாதிரியான விருப்பம் உடையவர்கள், பரம்பரை பரம்பரையாக நட்பு பாராட்டு பவர்கள், உங்களை வளர்த்தவர்களின் பிள்ளைகள், உங்களை வளர்த்தவர்கள், உங்களின் அனைத்து விதமான ரகசியங்களையும் அறிந்தவர்கள், உங்களை நம்பி ரகசியங்கள் சொன்னவர்கள் என்று இவர்கள் அனைவரும் உங்களுக்கு நண்பர்களே! இந்த நண்பர்களின் மனைவிகள் மீது நாட்டம்கொள்ளக்கூடாது.

சாரண்யர் இதற்கும் மேலே ஒரு படி செல்கிறார். ஒரு மனிதன் சமூகத்தில் சுமூகமாக வாழ துணி துவைப்பவர்கள், முடி வெட்டு

பவர்கள், மாடு மேய்ப்பவர்கள், பூக்கடைக்காரர், மருந்துக் கடைக் காரர், வெற்றிலை, சரக்கு விற்பவர் என்று அனைவரிடமும் அவர்களின் மனைவிகளிடமும் அறிமுகமும் பழக்கமும் வேண்டி இருக்கும். அதனால் அவர்களும் ஒரு வகையில் நண்பர்களே என்று சொல்கிறார்.

இவர்கள் எல்லாரும் நண்பர்களா? இவர்களின் குணநலன்கள் முக்கியம் இல்லையா என்ற கேள்விகள் வேண்டாம். மேலே சொன்னவர்கள் அனைவரும் நண்பர்கள் என்றே கருதப்படுவார்கள். ஆனால் அவர்கள் உண்மை பேசுபவர்களாகவும், நேர்மையானவர் களாகவும், ரகசியங்களைப் பாதுகாப்பவர்களாகவும், அநாவசிய ஆசைகளைத் துறந்தவர்களாகவும், உங்கள் விருப்பத்துக்கு ஏற்ற மாதிரி நடப்பவர்களாகவும், இன்பம் துன்பம் எல்லா காலங்களிலும் உடன் இருப்பவர்களாக வும் திகழ்பவர்களே மிக நல்ல நண்பர்கள்.

சரி, அப்படியென்றால் இந்த நல்ல நண்பர்களை காதல் கீதல் சமாச்சாரத்துக்கு தூது அனுப்பப் பயன்படுத்தலாமா என்றால், படுத்தலாம்! ஆனால் தூது செல்பவர்கள் தைரியமானவர்களாக, திறமைசாலிகளாக, உண்மையும் விசுவாசமும் உடையவர்களாக, குழப்பவாதிகளாக இல்லாமல், கூச்சம் இல்லாமல், நல்ல பழக்கவழக்கங்கள் உள்ளவர்களாக, சமயோசித புத்தி உள்ளவர்களாக, மைண்ட் வாய்ஸைக் கூட கேட்ச் செய்பவர்களாக இருக்கவேண்டும். இப்படிப்பட்டவர்களைத்தான் தூது செல்லப் பயன்படுத்தவேண்டும்.

இதனால் அறியப்படும் நீதி என்னவென்றால், நல்ல நண்பர்கள் உடனிருக்க, மற்றவர்களை எளிதில் புரிந்துகொண்டு, சரியான நேரத்தில் சரியானவற்றைச் செய்யும் புத்தியும் அறிவும் கொண்டவன், யாருக்கும் மடங்காத ஃபிகரைக் கூட எளிதாக மடக்கி விடுவான்.

பாகம் 2

6. ஆழமாக... அகலமாக... அதிகமாக...

செய்யும் தொழிலை வைத்து மனிதனை, மனு பிரித்தார். வாத்ஸ்யாயனரோ, அவனது அளவை வைத்துப் பிரிக்கிறார்.

ஆணின் அளவை வைத்து முயல், எருது, குதிரை என்று மூன்று வகையாகப் பிரிக்கலாம். பெண்ணின் ஆழத்தை வைத்து மான், பெண் குதிரை, பெண் யானை என்று பிரிக்கலாம்.

சரியான ஆழமும் அளவும் கூடும் கலவி, சமமான கலவி. ஆழமும் அளவும் சரிக்குச் சரியாக இல்லாமல், ஜாடிக்கேத்த மூடியாக இல்லை என்றால் அது சரிசமமில்லா கலவி. இது ஒன்பது வகைப்படும்.

சமமான கலவி		*சரிசமமில்லா கலவி*	
ஆண்	பெண்	ஆண்	பெண்
முயல்	மான்	முயல்	பெண் குதிரை
எருது	பெண் குதிரை	முயல்	யானை
குதிரை	யானை	எருது	மான்
எருது			யானை
குதிரை			மான்
குதிரை			பெண் குதிரை

ஆண் குதிரையும், பெண் குதிரையும் கலப்பது, எருதும், மானும் கலப்பதெல்லாம் மேலான கலவி எனப்படும்.

அதாவது ஆணின் லிங்க அளவு பெண்ணின் ஆழத்தைவிடப் பெரிதாக இருப்பது. அப்படியென்றால் ஆணுக்கு மிகப் பெரியதாக, பெண்ணுக்கு மிகவும் சிறியதாக ஆண் குதிரையும், மான் போன்ற பெண்ணும் கலப்பது? வேறு என்ன மிக மேலான கலவி.

சரி, பெண்ணின் யோனி ஆழம் ஆணின் லிங்க அகலத்தைவிடப் பெரிதாக இருந்தால்? யானைப் பெண்ணும் எருது ஆணும், பெண் குதிரையும், முயல் ஆணும் கலப்பது கீழான கலவி. யானைப் பெண்ணும், முயல் ஆணும் கலப்பது மிகவும் கீழான கலவி.

சரிசமமான கலவிகள்தான் சாலச் சிறந்தது. இருவருக்குமே ஆஹா ஓஹோ வகை. மிகவும் மேலானதும் சரி, மிகவும் கீழானதும் சரி, மிகவும் மோசமானது. மீதி வகை எல்லாம் சுமாரான கலவிகள்தான். இந்தச் சுமாரான மீதி கலவிகளில், மேலான கலவி மேலானதா, கீழான கலவி மேலானதா என்ற கேள்விக்கு, கேள்வியிலேயே பதில் வந்துவிடுகிறது. ஆணினுடைய லிங்கம் பெரிதாக இருக்கவேண்டும் என்பதுதான் மேலானது என்று சொல்வதில் ஆணாதிக்க மனோபாவம் எதுவுமில்லை. பெண்ணினுடைய யோனி சிறியதாக இருந்து ஆண் லிங்கம் பெரியதாக இருந்தால் பெண் திருப்தி அடைவாள். ஆனால், ஆண்? பெண்ணை அதிக வலிக்கு உட்படுத்தாமலே ஆணும் திருப்தி அடையலாம். அதுவே பெண்ணின் யோனி, பெரியதாக இருந்து ஆண் லிங்கம் சிறியதாக இருந்தால் வலியும் இல்லை, அதே சமயம் பெண்ணுக்கு விமோசனமும் இல்லை!

எல்லாமே அளவுதானா? அளவைத்தாண்டி ஆசையின் தீவிரம், உணர்ச்சி வேட்கை எல்லாம் இல்லையா? அதற்கெல்லாம் மதிப்பு, மரியாதை இல்லையா? ஏன் இல்லாமல்! நிச்சயம் இருக்கிறது! அதுவும் ஒன்பது வகைப்படும்.

ஆண்	பெண்	ஆண்	பெண்
மெல்லிய	மெல்லிய	மெல்லிய	தீவிரமான
மத்தியமர்	மத்தியமர்	மெல்லிய	மத்தியமர்
தீவிரமான	தீவிரமான	மத்தியமர்	மெல்லிய
	மத்தியமர்	தீவிரமான	
	தீவிரமான	மெல்லிய	
	தீவிரமான	மத்தியமர்	

எவன் ஒருவனின் உயிரணுக்கள் வளமில்லாமல் குறைவாகவும், பெண்ணின் தழுவலைக்கூட தாங்க முடியாதவனாக, கூடலில் வேட்கையும், வெறியும், ஆர்வமும் குறைவாக இருப்பவன் மெல்லிய ஆண். இதுவே வேட்கை, வெறி, ஆர்வம் எல்லாம் மிகக் கூடுதலாக இருப்பவன் நிச்சயம் காதல் தீவிரவாதிதான். இதற்கு நடுவில் இருப்பவன் மத்தியமர் வகை. பெண்களும் அவ்வாறே.

உறுப்பின் அளவும், மனத்தின் ஆசையும் மூன்று வகைப்படுவது போல், தாக்குப் பிடிக்கும் கால நேரமும் மூன்று வகைப்படும்.

1. நீண்ட நேரம் சிறை வைத்திருந்து மிக மெதுவாக உயிரணுக்களை வெளியே விடுபவர்கள்.
2. மிக விரைவாக விடுதலை செய்பவர்கள்.
3. வழக்கம்போல இதற்கிடையே திரிசங்கு சொர்க்கத்தில் இருப்பவர்கள்.

இப்படி காலமும் மூன்றுவகைப்படுமா? படுத்த முடியுமா என்பதில் தான் பிரச்னையே. இதைப்பற்றி எழுதிய பல ஆசிரியர்கள் இடையே, அடித்துக்கொள்ளும் அளவுக்கு கருத்து வேறுபாடுகள். ஆண் மட்டும்தான் தனது ஆண்மை நீரை விடுதலை செய்கிறானா, இல்லை, பெண்ணும் உச்சகட்டத்தில் அதுபோல் விடுதலை செய்கிறாளா? அவள் தேனடையா? தேன் வெளிவருகிறதா?

'பெண்கள், ஆணல்ல. ஆண்கள்தான் தங்கள் ஆசையை வெளியேற்று கிறார்கள். பெண்கள் தங்கள் ஆசையை மனப்பூர்வமாக உணர்கிறார் கள். ஒருவித மகிழ்ச்சி நிலையை நிச்சயம் அடைகிறார்கள். அதுவே அவர்களைத் திருப்திப்படுத்துகிறது. ஆனால், அவர்கள் எந்தவிதமான மகிழ்ச்சியை உணர்கிறார்கள் என்று சொல்வது மிகக் கடினம்' என்கிறார், ஆட்டாலிக்கர். ஏன் ஐயா அப்படி என்றால், 'கலவியில் இருக்கும்பொழுது ஆண் திருப்தியில் உச்சகட்டத்தை அடைந்து ஆண்மை நீரை விடுதலை செய்யும்பொழுது அவன் ஆசையிலிருந்தும் விடுதலை அடைகிறான். அதனால்தான் தன் இயக்கத்தையும் நிறுத்தி விடுகிறான். ஆனால், பெண்ணின் இயக்கம் நிற்பதில்லையே!' என்கிறார்.

'ஆண் சீக்கிரமாக தனது சக்தியை வெளியேற்றிவிட்டால், அவனைச் சரியில்லை என்று சொல்பவள், நீண்ட நேரம் இயங்கினால் அவனிடம் சொக்கிப் போகிறாள் அல்லவா? அப்படியென்றால், அவளிடம் இருந்தும் ஏதாவது வெளியேற வேண்டுமல்லவா?' என்று பதில் கேள்வி வருகிறது.

அட, இது சரிதான் என்று யோசிக்கும் முன்னே அதற்கும் பதில் வருகிறது. 'ஆம்! பெண்ணைத் திருப்திப்படுத்த நேரம் பிடிக்கிறது. ஆண் இயக்கத்தில் இருக்கும்பொழுது, பெண் இன்பமாக இருந்தாளா? ஆம் இருந்தாள். அப்படி என்றால் இன்பத்தை வேண்டாம் என்று யாராவது சொல்வார்களா? இன்பம் நீடிக்கவேண்டும் இயக்கம் தொடரவேண்டும் என்று தானே அவள் விரும்புவாள். இந்த இயக்கத்தின் காரணமாக வரும் இன்பமும், அதை உணர்வதும்தான் பெண்ணின் திருப்தி, உச்சகட்டம்!' என்று உறுதியாகக் கூறுகிறார்கள்.

பாப்ரைவர்களின் சீடர்களோ, இன்னும் ஒருபடி மேலேபோய், 'என்னது பெண்ணிடமிருந்து எதுவும் வருவதில்லையா? ஆணாவது உச்சகட்டத்தில்தான் வருகிறான். கலவி தொடங்கும்போதே பெண்ணின் ஊற்று சுரக்க ஆரம்பித்துவிடுகிறது!' என்கிறார். ஏன் என்றால், 'ஊற்றும் இல்லை சுரப்பதும் இல்லை என்றால் கரு எங்கிருந்து வருகிறது?' என்று கேள்விக்குப் பதிலாக, கேள்வி கேட்கின்றனர்.

'இந்தக் கேள்விக்கு, இது சரியான பதில் இல்லையே! ஆணின் வேகத்துக்கு பெண் ஆரம்பத்தில் இருந்து ஈடு கொடுப்பதில்லையே. அவளை அந்த வேகத்துக்குக் கொண்டு வர, ஆண் அவளை எவ்வளவு தள்ளுமுள்ளு செய்ய வேண்டி இருக்கிறது. ஆணின் கூடும் வேகமும், இணையும் வேகமும், அதிகரிக்க அதிகரிக்கத்தான் பெண் உணர்ச்சியின் உச்சகட்டத்தில் உடலை மறக்கிறாள். மகிழ்ச்சி அடை கிறாள். கூடிய வரை கூட்டணி போதும் என்ற முடிவுக்கு வருகிறாள்' என்று பதில் வருகிறது.

இதற்கு, 'இது என்ன சிறுபிள்ளைத்தனம்? எல்லாமே எடுத்த உடனே வேகத்துக்கு வந்து விடுமா? பம்பரம் விடுகின்றோம். கயிற்றிலிருந்து பம்பரம் வந்தவுடன், அவ்வளவு வேகத்தில் சுற்றுகிறதா? குயவன், பானை செய்யச் சுற்றும் சக்கரம், மெதுவாகச் சுற்ற ஆரம்பிக்கும். அது சுற்றச் சுற்ற, வேகம் கூடுவதுபோலத்தான் பெண்ணின் வேட்கையும் உச்சகட்டமும்...' என்கின்றனர்.

ஆண், கூட்டணியின் முடிவில்தான் உயிரணுக்களை வெளிப்படுத்து கிறான். பெண், கூட்டணியில் ஆரம்பிப்பவள், ஊற்றில் இனி சுரக்க எதுவுமில்லை என்னும்வரை கூட்டணியில் இருக்க விரும்புகிறாள். இருவரிடமும் இனி மிச்சம் எதுவுமில்லை என்ற நிலை வந்தவுடன் இருவரும் கூட்டணியைக் கலைக்க விரும்புகின்றனர்.

ஆட்டாலிகர் கிடக்கட்டும், பாப்ரைவர் கிடக்கட்டும். வாத்ஸ்யாயனரின் கருத்து என்ன? 'ஆண், பெண் எல்லாம் எனக்கு

ஒன்றுதான். இருவரும் சரி சமம். ஆண் எப்படியோ அப்படித்தான் பெண்ணும்' என்கிறார் வாத்ஸ்யாயனர்.

வாத்ஸ்யாயனரே, ஆணும் பெண்ணும் ஒன்றுதான், அவர்கள் இருவரும் விரும்புவதும் ஒன்றுதான் என்றால், 'ஆண்தான் இதைச் செய்யவேண்டும்? பெண்தான் இதைச் செய்யவேண்டும்' என்கிற பாகுபாடு, பிரிவு எல்லாம் எதற்கு ?

ஏனெனில், அவர்கள் இருவரின் சிந்தனையும் இயற்கையிலேயே வேறாக இருப்பதுதான் காரணம். ஆண், இவள் என்னுடன் இணைந்திருக்கிறாள் என்று நினைக்கிறான். பெண், இவன் என்னுடன் இணைந்திருக்கிறான் என நினைப்பதில்லை, மாறாக இவனுடன் நான் இணைந்திருக்கிறேன் என்றுதான் நினைக்கிறாள்.

'சிந்தனை வேறு, செயல் வேறு. அப்படியிருக்கும்போது, மகிழ்ச்சி ஏன் வேறுபடக்கூடாது?' என்ற கேள்வி சரியானதல்ல. சிந்தனையும் செயலும் வேறாக இருக்கலாம். ஆனால், அதற்குக் காரணம் இருக்கிறது. ஆனால் மகிழ்ச்சி வேறாக இருக்க, எந்தக் காரணமும் இல்லை. அவர்கள் இருவரும் இணைந்து செயல்படுவதால்தான் அவர்கள் இருவருமே மகிழ்ச்சி அடைகிறார்கள்.

இருவர் பார்ப்பது ஒரே படம் என்றாலும், இருவருக்கும் ஒரே நேரத்தில் படம் முடிவதில்லையே. ஒருவருக்கு சீக்கிரமாகவும், ஒருவருக்கு தாமதமாகவும் முடிகிறதே என்றால், இரண்டு சேவல்கள் ஒன்றுடன் ஒன்று சண்டையிட்டு முட்டி மோதும்போது இரண்டுக்கும் ஒரே சமயத்தில்தானே வலிக்கிறது. மல்யுத்தத்தில் கட்டிப் பிடித்து புரளும்போது இரண்டு பேருக்கும் ஒரே நேரத்தில்தானே அடி படுகிறது. அதுபோலத்தான் இதுவும்.

ஆணும் பெண்ணும் அடிப்படையில் ஒரே மாதிரியான குணம் கொண்டவர்கள்தான். அவர்கள் அடையும் இன்பமும் ஒன்றுதான். ஆகையால் இந்த இன்பத்தை எந்நாளும் தரும் பெண்ணைத்தான் ஆண் திருமணம் செய்துகொள்ளவேண்டும்.

இதனால் சொல்ல வருவது என்னவென்றால், அளவைப் பொறுத்தும், ஆசையைப் பொறுத்தும் கலவி ஒன்பது வகைப்படுவதுபோல, நேரத்தைப் பொறுத்தும் கலவி ஒன்பது வகைப்படும். ஆசை, அளவு, நேரம் இவற்றையெல்லாம் கணக்கிட்டால் எத்தனை வகைக் கலவி என்று கணக்கு போட்டுக்கொள்ளலாம். உயிரணுக்களுக்கு விடுதலை கொடுத்து விட்டேன். வேலை முடிந்தது என்று இல்லாமல், பெண்ணும் ஆணைப்போலத்தான், அவளுக்கும் உணர்ச்சிகள் உண்டு,

உச்சகட்டம் உண்டு என்பதையெல்லாம் ஆண் மனதில் வைத்து, அவசரமில்லாமல் சுயநலமில்லாமல் செயல்படவேண்டும்.

முதல் முறை கூடும்போது, ஆணின் வேட்கை மிக உக்கிரமாக இருந்தால், அதிக நேரம் தாக்குப் பிடிக்க மாட்டான். ஆனால், பழகப் பழக, அடுத்தடுத்து கூடும்போது, உக்கிரம் குறைந்து, நேரம் கூடும். பெண் இதற்கு நேர்மாறு. பழகப் பழக, தீவிரம் கூடும். ஆனால், உச்சகட்டத்தை அடையத் தேவைப்படும் காலம் குறையும்.

கலவி இவ்வாறு பலவகைப்பட்டாலும், காதல் நான்கு வகைப்படுகிறது.

கூடலின் மேல் இருக்கும் காதல், வேட்டையாடுவதில் இருக்கும் காதல், சூதாட்டத்தின் மேல் இருக்கும் காதல் என, மீண்டும் மீண்டும் பழகப் பழக, பழக்கத்தினால் வரும் காதல். இது முதல் வகை.

இதுவரை பழகி இருக்காத, அடைந்திருக்காத, ஆனால் எண்ணத்தினால், கற்பனையினால் வரும் காதல். உதாரணமாக, முத்தத்தினால், ஆரத் தழுவி அணைப்பதால் வரும் காதல். இது, இரண்டாவது.

நம்பிக்கையினால் வரும் காதல் மூன்றாவது. ஒருவரை ஒருவர் புரிந்து கொண்டு, ஒருவர் ஒருவர் மீது உரிமை செலுத்தி, அன்புகொண்டு, இருவருக்கும் தோன்றும் காதல் இது.

மனத்தளவில் இணைவதையும் தாண்டி, மஞ்சத்தில் இணையும் நான்காவது வகைக் காதலால் கிடைக்கும் இன்பம், வேறு எதிலும் கிடைப்பதில்லை.

மிகவும் படித்த புத்திசாலிகளுக்கு, கூடலைப்பற்றி இதுவரை சொன்னதே போதுமானதாக இருக்கலாம். ஆனால், மற்றவர் களுக்காக இன்னும் கொஞ்சம் ஆழமாகவும் அகலமாகவும் பார்க்கலாம்.

7. கட்டிப்புடி, கட்டிப்புடிடா

காம சாஸ்திரத்தின் இந்தப் பகுதிக்கு அறுபத்தி நான்கு (சதுஷ் சஷ்டி) என்ற பெயரும் உண்டு. இந்தப் பகுதியில் அறுபத்தி நான்கு பாகங்கள் இருந்தது என்று சிலர் சொல்வார்கள். ரிக் வேதத்தின் ஒரு பகுதியாக, அறுபத்தி நான்கு சுலோகங்களை சொன்ன தாஷாதபாவுக்கு, பான்சாலா என்ற பெயரும் உண்டு. இந்தக் காம சாஸ்திரத்தின் ஒரு பகுதியை எழுதிய வரின் பெயரும் பான்சாலா. அதனால், ரிக் வேதத்துக்கு மதிப்பு கொடுக்கும் விதமாகத்தான் அறுபத்தி நான்கு என்ற பெயரை வைத்தார்கள் என்றும் சொல்வார்கள்.

பாப்ரைவரின் சீடர்களோ, 'இந்தப் பகுதியில் தழுவுதல், முத்தமிடல், நகங்களால் கீறுதல், கடித்தல், படுக்கும் நிலைகள், சத்தமிடல், ஆணைப்போல் செயல்படுதல், ஆபரிஷ்டகா (வாய்வழிக் கூடல்) என்று எட்டு விதமான நிலைகளில் இருக்கும் எட்டு வகைகளைப்பற்றிப் பேசுவதால் அறுபத்தி நான்கு' என்றும் சொல்வார்கள்.

ஆனால், வாத்ஸ்யாயனரோ, எட்டையும் தாண்டி, அடித்தல், முனகல், கூடலின்போது ஆணின் கடமைகள் என்றெல்லாம் இருக்கிறதே, அப்புறம் என்ன அறுபத்தி நான்கு என்று கேட்கிறார். அறுபத்தி நான்கு என்ற பெயர் எதேச்சையாக அமைந்து விட்டது. அவ்வளவுதான். மரத்துக்கு ‘சப்தபர்ணா’ என்கிறோம். அதில் ஏழு இலை மட்டும்தான் இருக்கிறதா? ‘பஞ்சவர்ணா’ அரிசி என்கிறோம். ஐந்து நிறமா இருக்கிறது? அதுபோலத்தான், இதை அறுபத்தி நான்கு என்பதும் என்கிறார்.

ஒருவரை ஒருவர் விரும்புவதைத் தெரிவிக்கும் விதமாக கட்டியணைக்கும் தழுவல்கள் நான்கு வகைப்படும்.

முன்பக்கமாக அல்லது பக்கவாட்டில், தெரிந்தும் தெரியாததுபோல், பட்டும் படாமலும் ஒரு பெண்ணின் உடலைத் தன் உடலால் தொடுவது, ‘தொட்டுத் தழுவுதல்’ எனப்படும்.

நின்றுகொண்டு அல்லது அமர்ந்திருக்கும் ஆணை, கீழே விழுந்திருக்கும் பொருளை எடுக்கக் குனிவதுபோல் செல்லும் பெண்ணின் மார்பகங்கள் குத்த, குத்திய ஆயுதங்களைக் கண்டு அஞ்சாமல் அவனும் அவற்றை அள்ளி அணைப்பது ‘துளைக்கும் தழுவல்’.

இதுபோன்ற நழுவலான தழுவல் எல்லாம் அதிகம் பேசிப் பழகாத ஆரம்ப காலத்தில் அரங்கேறும்.

ஆளரவம் இல்லாத இடத்தில், இரவில், நிலவொளியில், தனியே தன்னந்தனியே, போவாமோ ஊர்கோலம் என்று கைகள் பின்னிப் பிணைய சென்றுகொண்டிருக்கும் காதலர்கள், கைகள் வழியே சரியாகக் காதல் தீ பற்றவில்லை என்று உடலோடு உடல் இழைந்தால், அது ‘உரசும் தழுவல்’.

இவ்வளவு உரசியும் பற்றவில்லை என்று ஒருவரின் உடலை சுவற்றின் மீதோ தூணின் மீதோ சாய்த்து அமுக்கிக் கட்டிப்பிடிப்பது ‘அழுத்தமான தழுவல்’.

உள்மன ஆசைகளையும் தாபங்களையும் நன்கு அறிந்தவர்களிடையே மேற்கண்ட இரண்டு விதமான தழுவல் நடக்கும். தழுவல்கள் மொத்தம் எட்டு என்று பார்த்தோமல்லவா? அந்தவகையில் மீதமுள்ள நான்கு தழுவல்கள் எல்லாம் கூடும்போதுதான்.

கொடி போன்ற பெண், மரத்தைச் சுற்றும் கொடிபோல் நாயகனைச் சுற்றி அணைக்க, கொடியில் இருக்கும் பூவில், தேனைத் தேடும் வண்டாக, தேன் வடியும் அவளின் உதடுகளை உதடுகளால்

அணைத்தால் என்ன என்று 'இச் இச்' எனச் சத்தமிட்டுக் கொண்டு காதலன் தலையைத் தாழ்த்த, அவள் கண்ணும் அவனின் கண்ணும் காதலுடன் ஊடுருவிப் பார்த்தபடி அணைப்பது 'கொடி போலத் தழுவல்' எனப்படும்.

ஏதோ மரத்தின் மேல் ஏறுவதுபோல, நாயகன் தோள் மேல் ஒரு கையும், அவன் பின்புறத்தில் அல்லது இடுப்பில் ஒரு கையும் வைத்து, அவன் கால் மேல் அவளின் ஒரு காலை வைத்து, அவன் தொடையில் மறுகாலை வைத்து, சற்றே பாடுவதைப்போல கூவிக்கொண்டு ஆசையோடு முத்தமிடத் தழுவது, 'மரம் ஏறித் தழுவல்'.

இவை இரண்டும், இருவரும் நின்ற நிலையில் இருக்கும்போது நடக்கும் தழுவல்கள்.

மஞ்சத்தில் இருக்கும்போது, தோளோடு தோள் சேர, கையோடு கை சேர்ந்து காலும் காலும் இணைய, உடல் உராயுமாறு கட்டிப்பிடிப்பது, எள் கலந்த சாதம் போலாகும்.

அவன் மடியில் உட்கார்ந்திருக்கும்போதோ, மஞ்சத்தில் இருக்கும் போதோ, காதலின் ஆசையின் உச்சகட்டத்தில், எதைப்பற்றியும் கவலைப்படாமல், ஒருவர் உடலின் உள்ளே ஒருவர் நுழைந்து விடுவதுபோல் கண்டபடி கட்டிப் பிடிப்பது, பாலோடு தண்ணீர் கலப்பது போலாகும்.

இந்த உச்சகட்ட தழுவல் எல்லாம் கூடலின்போது நடக்கும்.

பாப்ரைவர் சொன்ன இந்த எட்டுவிதமான தழுவல் போதாது என்று, சுவர்ணாபா மேலும் நான்கு விதமான தழுவல்களைப்பற்றிக் கூறுகிறார்.

மற்றவரின் ஒன்று அல்லது இரண்டு தொடைகளையும் தொடை களுக்குள் இறுக்கிப் பிடிக்குமாறு கட்டிப் பிடிக்கலாம்.

பெண்ணின் கூந்தல் அவிழ்ந்து, திரைபோல் படர்ந்திருக்க, அவளை முத்தமிடவோ, கடிக்கவோ, கிள்ளவோ, பெண்ணின் ஜகானா (தொப்புளுக்கும் தொடைக்கும் நடுவில் இருக்கும் பகுதி) தன்னுடைய முக்கிய பாகத்துடன் இருக்குமாறு தழுவி, அவள் மேல் படர்வது 'ஜகானாவின் தழுவல்கள்'.

மலை முகடு போன்ற அவளின் மார்பகங்களோடு அவனது மார்பை வைத்துத் தழுவுவது, மார்பகங்களின் தழுவல்கள்.

உதடும் உதடும், கண்ணும் கண்ணும், முன்நெற்றியும் முன்நெற்றியும் தொடுமாறு கட்டித் தழுவலாம்.

அப்படியென்றால், தடவி விடுவதும் தடவிக் கொடுப்பதும் தழுவலில் சேர்த்தியா? அங்கும்தானே உடல்கள் ஒன்றை ஒன்று தொடுகின்றன என்றால், இல்லை, தடவல் வேறு, தழுவல் வேறு என்று சொல்லி விடுகிறார் வாத்ஸ்யாயனர். இந்தத் தடவி விடுவது, தடவிக் கொடுப்பதெல்லாம் வேறு சமயத்தில் வேறு காரணத்துக்காக, வேறு மாதிரிச் செய்வது. அதை எல்லாம் நிச்சயம் தழுவலில் சேர்க்கவே கூடாது என்கிறார்.

இந்தத் தழுவல்களைப்பற்றிப் பேசுபவர்கள், கேட்பவர்கள், மேலும் அறிவதற்காக அதிகக் கேள்விகள் கேட்பவர்கள் எல்லோரும், அணைப்பதில் வரும் இன்பத்தையும் அதற்கும் மேலாகவும் அனுபவிக்க ஆசைப்படுவார்கள். கூடலில் கலக்கும்போது காம சாஸ்திரத்தில் சொல்லியவாறு மட்டும்தான் கட்டிப் பிடிக்கவேண்டும் என்று எந்தவிதமான கட்டுப்பாடும் இல்லை. கூடலில், குதூகலத்தை அதிகரிக்கக் கண்டபடி கட்டிப்பிடிக்கலாம். இப்படி அணைக்கவேண்டும், இப்படித்தான் தழுவவேண்டும் என்ற விதிகள் எல்லாம் ஆணின் வேட்கை வேகம் பிடிக்காமல் இருக்கும்போதுதான். கட்டுங்கடங்காமல் கூடல், கரை தாண்டிக்கொண்டு இருக்கும்போது விதியாவது வாத்ஸ்யாயனராவது என்று வாத்ஸ்யாயனரே சொல்கிறார்.

8. முத்தம்... முத்தம்... முத்தமாம்!

கூடலின்போது, எதில் ஆரம்பிப்பது? எப்படித் தொடர்வது? எங்கு முடிப்பது?

தழுவலில் ஆரம்பித்து, முத்தத்தில் தொடர்ந்து, பின்னர் அழுத்தம் கீறல் எல்லாம் கூடலுக்கு முன்னர் நடக்க வேண்டும். முனகல் போன்றவை கூடலின் போது நடக்கவேண்டும் என்று சிலர் சொல்கிறார்கள். வாத்ஸ்யாயனரோ எது, எப்பொழுது வேண்டுமானாலும் நடக்கலாம். காதலிலும் கூடலிலும் கால நேரமும், வரைமுறையும் கிடையாது என்கிறார்.

முதல் கூடலின்போது, முதல் முதல் கலவியின்போது மட்டும், பார்த்துப் பழக வேண்டும். இந்த முத்தம் தழுவல் போன்றவை எல்லாம் சிறிது கட்டுப் பாட்டில் இருக்கவேண்டும். இதிலேயே அதிக நேரம் செலவழிக்கக்கூடாது. போகப் போகப் புகுந்து விளையாட லாம். முத்தம், தழுவல் இவற்றில் அதிக நேரம் கழிக்கலாம். ஏன்? வேட்கை, மோகம் எல்லாம் கொண்டு மோட்சத்தை

வேகமாக அடைய, ஒன்றன் பின் ஒன்றாக என்று இல்லாமல் அனைத்தையும் ஒரே நேரத்தில் செய்யலாம்.

மொத்தமாக எல்லாவற்றையும் ஒரே நேரத்தில் செய்வது இருக்கட்டும். முதலில் முத்தத்தைப்பற்றி முழுசாகத் தெரிந்து கொள்ளலாமே. முத்தமிட ஏற்ற இடங்கள் என்ன? முன் நெற்றி, கண், கன்னம், கழுத்து, கழுத்துக்கு கீழே, மார்பகம், உதடுகள், உதடு களுக்கு உட்புறமாக என்று, இந்த இடங்களில் எல்லாம், முத்த மழை பொழியலாம். லாட தேசத்து மக்கள், தொடைகளின் இணைப்பில், கைகளில், அக்குளில், தொப்புளில் எல்லாம்கூட முத்தமிடுவர். லாட தேசத்து மக்கள்தான் ஏதோ, காதல் வெறியில் கண்ட இடங்களில் முத்தமிடுகின்றனர். அது, அவர்கள் தேசத்தின் பண்பாடு, கலாச்சாரம் என்று கருதலாம். ஆனால் அதற்காக அனைவரும் இதைப் பின்பற்ற வேண்டியதில்லை என்பது வாத்ஸ்யாயனர் வாக்கு.

இளம்பெண்களைப் பொறுத்தவரை மூன்று விதமான முத்தங்கள் உண்டு.

அவளாகக் காதலனின் உதடுகளை தன் உதடுகளால் தொட்டு, 'என் உதடுகள் உன் வசம். எது வேண்டுமானால் செய்துகொள்', என்று முத்தமிடுவது. இது பெயருக்கு முத்தமிடுவது என்று அழைக்கப் படும்.

இளம்பெண்களுக்கே உரிய வெட்கத்தையும் நாணத்தையும் விட்டு ஒதுக்கி, காதலனின் உதடுகளை உண்ணவேண்டும் என்கிற பசியுடன், மேல் உதடுகளை அசைக்காமல் கீழ் உதடுகளை அசைப்பது, கிளர்ச்சியூட்டும் துடிப்பான முத்தம் ஆகும்.

இருவரின் கைகள் கலந்து, அவள் தன் கண்களை மூடி, தன் உதடுகளால் காதலனின் நாக்கைத் தொடுவதே தொடும் முத்தம்.

மற்ற ஆசிரியர்கள், மேலும் நான்கு வகை முத்தங்களைக் கூறுகின்றனர்.

இரண்டு காதலர்களின் உதடுகளும் ஒன்றை ஒன்று நேராக உரசுவது 'நேரான முத்தம்'.

அவனின் தலை ஒருபக்கமும், அவளின் தலை மறுபுறம் சாய முத்தமிட்டுக் கொள்வது 'சாய்வான முத்தம்'.

காதலர்களில் ஒருவர், மற்றவரின் முகத்தை உயர்த்திக் கொடுக்கப்படுவது 'திருப்பிய முத்தம்'.

இவை அனைத்தையும் தாண்டி, கீழ் உதடுகளை அழுத்தியும் முத்தம் கொடுக்கலாம்.

ஐந்தாவது வகையாக, கீழ் உதடுகளை இரண்டு விரல்களால் மட்டும் பிடித்து, அதன் பின்னர் நாக்கால் தடவி உரசிய பின்னர், கீழ் உதடுகளை மிக அழுத்தத்துடன் உணர்ச்சியுடன் முத்தமிடலாம்.

இப்படி, வகை வகையாக முத்தமிருந்தாலும் 'முத்த விளையாட்டு' என்று ஏதாவது இருந்தால் இன்னும் சுவாரஸ்யமாக இருக்குமே என்று யோசிக்கும் வாத்ஸ்யாயனர், விளையாட்டையும் விவரிக்கிறார். யார் மற்றவரின் உதட்டை முதலில் பிடிப்பர் என்று பந்தயம் வைத்துக்கொள்ளலாம். அவள் நம் உதட்டைப் பிடிக்கட்டும் என்று விட்டுக்கொடுக்காமல், காதலில் வெற்றி தோல்வி இல்லை என்பது புரியாமல், ஆண் தோற்கலாமா என்று முட்டாள்தனமாக நாயகன் வென்று விட்டால். வென்று தொலையட்டும்.

உடனே பெண், நான் தோற்று விட்டேன் என்று அழுவதுபோல் நடிக்கவேண்டும். நடிப்பதைப்பற்றிப் பெண்களுக்குச் சொல்லிக் கொடுக்க வேண்டியதில்லை என்பது வேறு விஷயம். தோல்வியை ஒப்புக்கொள்ளாமல், அவனைத் தொடக் கூட விடாமல், மீண்டும் பந்தயம் வைத்துக்கொள்ளலாம் என்று சொல்லவேண்டும். மீண்டும் அவள் தோற்றாலும், அவன் மேல் சந்தேகப்பட்டு அவன் வெற்றிக் களிப்பில் அசந்த நேரத்தில், அவளின் பற்களால் அவனின் உதடுகளை கவ்விப் பிடிக்கவேண்டும். அதன் பிறகு, 'எப்படி... பார்த்தாயா?' என்று அவனைப் பார்த்துச் சிரித்துப் பேசவேண்டும். சில சமயங்களில் இவை அனைத்தையும் கண்களால் மட்டுமே பேசலாம்.

இது போன்றவற்றை விளையாட்டு என்று சொன்னாலும், நிச்சயம் இவை எல்லாம் விளையாட்டுச் சமாச்சாரம் இல்லை. எல்லாருக்கும் அல்ல, தீவிர வேட்கை உள்ளவர்களுக்கு மட்டுமே. மற்றவர்களுக்கு எல்லாம் இவை விவகாரமானவை தான்.

பெண்ணின் மேல் உதட்டை ஆண் முத்தமிட, அவள், அவனின் கீழ் உதட்டை முத்தமிடுவதே 'மேல் உதட்டு முத்தம்'.

இரண்டு உதடுகளையும் ஒருவர் தன் உதடுகளில் கவ்வுவது 'கிடுக்குப் பிடி முத்தமாகும்'. நான் மீசை வைத்த ஆம்பளை என்று மீசை முறுக்குபவர்களிடமிருந்தெல்லாம் பெண், இந்த வகை முத்தத்தை பெற்றுக்கொள்வதில்லை. இப்படி உதட்டை, உதட்டால் கவ்வும்பொழுது பற்கள், நாக்கு இவற்றை எல்லாம் நாவால் தொடுவது நாவின் சண்டை எனப்படும். இதேபோல் பற்களால் கவ்வுவதையும் பயிற்சி செய்யலாம்.

மிதமான முத்தம், மெல்லிய முத்தம், அழுத்தமான முத்தம், குறுகிய முத்தம் என்றும் முத்தத்தை நான்குவகைப் படுத்தலாம். இந்த நான்கு

வகை முத்தங்களையும் நாலாவித இடங்களில் கொடுத்துத் தள்ள முடியாது. உடலின் இந்தப் பகுதிக்கு, இந்த வகையான, இப்படிப் பட்ட முத்தம்தான் தரவேண்டும் என்று, பகுதிவாரியான பிரிவினை கள் முத்தத்துக்கும் உண்டு.

பெண், தனது ஆசையையும் விருப்பத்தையும் வெளிப்படுத்தும் விதமாகக் கணவன்/காதலன் உறங்கும்போது முத்தமிட்டு உறக்கத்தைக் கலைப்பது, 'காதலை கிளப்பி விடும் முத்தம்'.

நாயகன் வேலையாக, யோசனையில் இருக்கும்போது, அவளுடன் சண்டை போட்டுக்கொண்டு இருக்கும்போது, பச்சக் என்று எதிர் பாராமல் முத்தமிடுவது காதலன் கவனத்தைத் திசை திருப்பும் முத்தம்.

வேலை முடித்து தாமதமாக வீடு திரும்பும் காதலன், உறங்கிக் கொண்டிருப்பவளை முத்தமிடுவது, எழுப்பும் முத்தமாகும். காதலன் வீடு திரும்ப நேரமாகும் என்று தெரிந்தால், அவனது நேசத்தின் அளவைத் தெரிந்துகொள்ளவேண்டும் என்றே தூங்குவதுபோல் நடிக்கலாம்.

கண்ணாடியில், நீரில் அல்லது நிழலை முத்தமிடுவது விருப்பத்தை வெளிப்படுத்தும் முத்தம்.

விருப்பமானவர்களின் முன்னிலையில் மடியில் இருக்கும் குழந்தை, அல்லது ஏதாவது படத்தை முத்தமிடுவது மறைமுக முத்தம். அதாவது, 'இப்பொழுது, நான் இந்தக் குழந்தைக்கு கொடுத்த முத்தம், குழந்தைக்கு அல்ல. உனக்குக் கொடுத்தது!' என்று உணர்த்துவது.

பொது இடங்களில் நின்றுகொண்டிருக்கும் பெண்ணின் கையை முத்தமிடுவது. உட்கார்ந்திருக்கும் பெண்ணின் கால் விரல்களை முத்தமிடுவது. காதலனுடன் தனிமையில் இருக்கும்போது அவன் மடியில் படுத்து அவனது வேட்கையை உசுப்பி விடுவது. அவனுடைய தொடைகளையும், கால் விரல்களையும் முத்தமிடுவ தெல்லாம் தெளிவான செயல் முறை முத்தத்தில் அடக்கம்.

முடிவாக, முத்தத்தைப்பற்றிச் சொல்லவேண்டும் என்றால், முத்தம் கடனைப்போல. வாங்கினால் வாங்கியவாறு திருப்பித் தந்து விடவேண்டும். வட்டியுடனா இல்லாமலா என்பது அவரவர் விருப்பத்தைப் பொறுத்தது!

9. கடி, கீறல், பல் தடமெல்லாம் காதல் சின்னங்கள்

ஆண், பெண் கூடலின் உச்சகட்டத்தில், காதல் வெறியில், வேதனையும் வலியும் இன்பமாக மாறும்போது - உணர்ச்சி மிகுதியில் மிக அழுத்தமாகப் பிடிப்பது, நகங்களால் கீறுவது, பிராண்டுவது எல்லாம் இயல்பானதுதான். ஏன்? கீறல் இல்லாத கூடலே இல்லை என்று சொல்லலாம். சில சமயம், கீறல் மட்டும் இல்லாமல் இலவச இணைப்பாக, கடியும் கிடைக்கும். பல் தடம் படும் பாக்கியமும் கிட்டும்.

அக்குள், கழுத்து, மார்பகம், உதடுகள், தொப்புளுக்கும் தொடைக்கும் நடுவே இருக்கும் ஜகானா, தொடைகள் என இந்த இடங்களில் மட்டும்தான் நகம் படலாம், கீறலாம் என்று சொல்வோரும் உண்டு. அடப் பாவிகளா! ஆசை எல்லை மீறும் போது, கீறல் மீறினால் என்ன? அந்த இடம், இந்த இடம் என்றெல்லாம் பார்க்க வேண்டிய அவசியமில்லை என்கிறார், சுவர்ணாபா.

நீளமாக, சிறியதாக, அல்லது நீளமாகவும் சிறியதாகவும் என்றில்லாமல், நகங்களின் அளவு மூன்று வகைப்படும். எந்த வகை நகமாக இருந்தாலும், சுத்தமாக, அழகாக, மெலிதாக, பொலிவாக நன்றாக இருக்க வேண்டியது மிக அவசியம்.

கைகளை மேலும் அழகாக்கிப் பார்க்கும் பெண்களின் மனம் கவரும் படியான நீளமான நகங்கள் நமது இந்தியாவில், பெங்காலிகளுக்கு இருக்கும்.

தென் பகுதியில் இருக்கும் மக்களுக்கு சிறிய நகங்கள் மட்டுமே இருக்கும். அதையும் அவர்கள் இன்பத்தைக் கொடுப்பதற்கு மட்டுமே பயன்படுத்துவார்கள்.

மகாராஷ்டிர மக்களுக்கு, மேலே சொன்ன இரண்டு குணங்களும் இருக்கும் வகையில் நகங்கள், நீளமாகவும் இல்லாமல் சிறியதாகவும் இல்லாமல் இருக்கும்.

ஆழமான, பிறை நிலா, வட்டம், கோடு, புலியின் நகம், மயிலின் பாதம், முயலின் பாய்ச்சல், நீலத்தாமரையின் இலை என்று நகத்தால் அழுத்தும்போது ஏற்படும் அடையாளங்கள் அல்லது உருவங்களைப் பொறுத்து கீறல்கள் எட்டு வகைப் படும்.

தொட்டானா இல்லை பிரமையா என்று சந்தேகம் வருமாறு கன்னம், மார்பகங்கள், கீழ் உதடுகள் அல்லது ஜகானாவை மிக மெதுவாக மயிர்கூச்செறியும் வகையில் மெதுவாக வருடவேண்டும். இப்படிச் செய்யும்போது உடல் பாகங்களில் எந்த விதமான குறிகளையோ அடையாளங்களையோ விட்டுவிடக்கூடாது. இதுவே நகங்களால் வருடப்படுவது. இளம் பெண்களை சிலிர்க்க வைக்க நகங்களால் வருடலாம்.

வானில்தான் பிறை நிலா என்று இல்லை, பெண்ணின் கழுத்திலும், மார்பகங்களிலும், நகங்களினால் சிறிது வளைத்த மாதிரி கீறுவது பிறை நிலா எனப்படும்.

இரு பிறை நிலாக்களை, எதிர் எதிர் திசையில் ஏற்படுத்துவதே வட்டம். தொப்புளில், தொடைகள் இணையும் இடத்தில், பின் குடங்களின் பிளவுகளிலும், பள்ளங்களிலும் வட்டக் கீறலை இடலாம். உடலின் எந்தப் பகுதியிலும் கோடு போடலாம். இந்தக் கோட்டை சற்றே வளைத்தால் அதுவே புலி நகம் எனப்படும்.

ஐந்து விரல்களின் நகங்களையும் பயன்படுத்தி, மார்பகங்களில் சற்றே லேசாக வளைந்தவாறு கீறுவதே மயிலின் பாதம். மகத்தான மார்பகங்கள் என்று பாராட்டுவதற்குத்தான் மயிலின் பாதத்தைப்

பதிப்பார்கள். மயிலின் பாதத்தை இடுவதற்கு மிகவும் பக்குவமும் பயிற்சியும்வேண்டும்.

மலைமுகட்டின் உச்சியில், அதாவது மார்பகத்தின் முலைக்காம்பின் முனைக்கருகே, இந்த ஐந்து நகங்களின் கீறல்களை விட்டுச் செல்வதே முயலின் துள்ளல். இந்த நீலத் தாமரையின் இலை எனப்படும் கீறலை, இடுப்பில் அல்லது மார்பகத்தில் பதிக்கலாம்.

கூடலின்போது, உணர்ச்சிப்பெருக்குக்குச் சான்றாக, இயற்கையாக சின்னங்கள் உருவாகுவது வேறு. ஆனால் சில சமயங்களில், இந்தக் காதல் சின்னங்களை நிச்சயம் அவசியத்தோடு உருவாக்க வேண்டிய கட்டாயமும் உள்ளது.

முதன் முதலாகச் சந்திக்கும்போது, அந்தச் சந்திப்பின் நினைவாகக் காதல் குறிகளை இடலாம். பின்னர் அந்தக் காதல் குறிகளைப் பார்க்கும்போதெல்லாம், நிகழ்ந்த சந்திப்பும், அப்பொழுது நடந்த சம்பவங்களும், சில்மிஷங்களும் ஞாபகத்துக்கு வந்து, நினைத்து நினைத்து மகிழலாம். 'உன்னை விட்டுப் பிரிந்து செல்கிறேன். திரும்பி வர நாள்களாகும், உன் நினைவாக, நம் கூடலின் நினைவாக, எதையாவது விட்டுச் செல்' என்று கேட்கும்போதும், காதல் கொண்டதன் அடையாளத்தை ஆழமாக உடலில் விட்டுச் செல்லலாம். இப்படி, பிரயாணத்தின் காரணமாக பிரிந்து செல்லும் போது, தொடை அல்லது மார்பகங்களில் மூன்று அல்லது நான்கு கோடுகளை மிக அருகில் போட்டுச் செல்வது, நினைவுச் சின்னம் எனப்படும்.

துணையை விட்டுப் பிரியும்போது மட்டும்தான் இப்படியெல்லாம் செய்ய வேண்டுமா என்ன? பிரிந்த பின் கூடும் போதும், சினம் தணிந்த பின்னரும், ஊடலை ஒழித்துக் கூடும்போதும்கூட இப்படிச் செய்யலாம்.

இந்தக் கீறல்கள், அடையாளங்கள், சின்னங்களை எல்லாம் திருமணமான பெண்களின்மீது விட்டுச் செல்லும்போது கொஞ்சம் கவனம் தேவை. திருமணமான பெண்களிடம் இதுபோன்ற காதல் சின்னங்களை, உடலின் மிகவும் அந்தரங்கமான இடங்களில் மட்டும்தான் பதிக்கவேண்டும்

நாள்கள் நகர்ந்திருந்தாலும், இதுபோன்ற அடையாளங்களைத் தன் உடலின் அந்தரங்கமான பகுதிகளில் பார்க்கும் பெண்ணின் உள்ளத்தில் மீண்டும் காதலும், கூடவேண்டும் என்ற எண்ணமும் தோன்றும். பெண்களுக்கு என்று இல்லை. ஆணின் உடலில்

இருக்கும் கீறல்களும் கூடலின் அடையாளமே. மிகுந்த அன்பின் சின்னமே.

கூடலின் மிச்சமாகத்தான் இதுபோன்ற கீறல்கள் உருவாகவேண்டும் என்று எந்த விதிகளும் இல்லை. அதேபோல் இவ்வளவு விதமான கீறல்கள்தான், இந்த நேரங்களில் மட்டும்தான் என்றும் விதிகள் வகுக்க முடியாது. ஏனென்றால், பொதுவாகவே எந்த விஷயத்திலும், வித்தியாசங்கள் இல்லையேல், விருப்பம் விருட்சமாக வளராது. அதுவும் காதலில் பல வகை, பல ரகம் என்று வித்தியாசம் மிக அவசியம். காதலிலும் கூடலிலும் பல வகைகள் இல்லாவிட்டால் வாழ்க்கை வீண்தான்.

10. தின்னாதே, என்னைத் தின்னாதே!

முத்தமிட ஏற்ற இடம் சரி? கடிப்பதற்கு? மேல் உதடு, உதடுகளின் உள்ளே, கண்கள் ஆகியவற்றைத் தவிர, முத்தமிட ஏற்ற இடங்கள் எல்லாம் கடிக்கத் தகுந்த இடங்களே!

கடிக்கும் பற்கள், மொன்னையாக, ஈறுகளில் ஒட்டாமல், மிக மென்மை யாகவோ மிகக் கரடுமுரடாகவோ, இறுக்கமாக, கூர்மையாக, உடைந்து போனதாக இல்லாமல் இருக்க வேண்டும். மாறாக பற்கள் பளிச் என்று சரி சமமாக இருக்கவேண்டும்.

தோல் சிவக்கும் அளவு கடிப்பது, மறைவான கடி. தோலின் இருபக்கமும் அழுந்துமாறு கடிப்பது, வீக்கம் தரும் கடி.

தோலின் சிறு பகுதியை சரியாக இரண்டு பற்களினால் கடிப்பது, புள்ளி வைப்பது என்பதாகும்.

வரிசையாகப் புள்ளி வைப்பதுபோல் கோடு போட்ட மாதிரி, எல்லாப் பற்களும் படுமாறு கடிப்பது வரிசைக் கடி.

பல்லும் உதடுகளும் இணைந்து கடிப்பது, சிப்பிக்குள் முத்து எனப்படும். உதடு சிப்பியாகவும், பற்கள் முத்தாகவும் கருதப் படும். எல்லா பற்களினாலும் கடிப்பது, நகைகளின் வரிசையான கடியாகும்.

பற்களின் இடையே இருக்கும் இடைவெளி காரணமாக, கடித்த இடத்திலும் இடைவெளி ஏற்பட்டு உருவமில்லா வட்டங்கள் ஏற்படுமாறு கடிப்பது, உடைந்த மேகம் எனப்படும். வான் போன்ற பரந்த மார்பகங்களில் உடைந்த மேகங்களைக் காணலாம்.

பல இடங்களில், பெரிய பரப்பளவில் சிவப்பாகக் கன்றி விடும் அளவு அடையாளங்கள் இருக்குமாறு கடிப்பது, காட்டு வராகத்தின் கடி (வராகம் என்றால் பன்றி) எனப்படும். தோள்களிலும் மார்பகங்களிலும் காட்டு வராகம் கடிக்கலாம்.

இந்த காட்டு வராகத்தின் கடியும், உடைந்த மேகத்தின் கடியும், கட்டுக்கடங்கா கூடலில் கலப்பவர்களுக்கு மட்டுமே கைவரும் சமாச்சாரம்.

மறைவான கடி, வீக்கம் தரும் கடி, புள்ளியான கடி ஆகியவற்றை கீழ் உதட்டிலும், வீக்கம் தரும் கடி, சிப்பிக்குள் முத்து ஆகியவற்றை இடக் கன்னத்திலும் கொடுக்கலாம். இந்த முத்தம், கீறல், கடித்தல் எல்லாம் இடக் கன்னத்துக்கு மட்டுமே சொந்தமானது எனவும் கூறலாம்.

இந்தப் புள்ளி வைத்து கோடு போடுவதுபோல் கடிப்பதெல்லாம், முன் நெற்றி மற்றும் தொடைகளில் மட்டுமே கடிக்க வேண்டிய கடிகள். கழுத்து, அக்குள், தொடை சேரும் இடங்களில் எல்லாம் இந்தப் புள்ளி வைத்து கோடு போடுவதுடன், வரிசையான நகைகள் இருப்பதுபோலக் கடிப்பதையும் சேர்த்துக்கொள்ளலாம்.

ஆசையின் வெளிப்பாடாக, நகக் கீறல்கள், கடித்தல் ஆகிய காதல் சின்னங்களை, முன்நெற்றி, காதுகளில் அணியும் அணிகலன்கள், பூக்கள், வெற்றிலை ஆகியவற்றிலும் பதிக்கலாம்.

ஊருக்கு ஊர் ஒழுக்கம் மாறுபடும். பெண்களும் அவ்வாறே. பெண்களுக்குப் பிடித்தவாறு மட்டுமே ஆண்கள் நடந்துகொள்ள வேண்டும்.

கங்கை, யமுனை நதிப்புறத்து பெண்கள் எல்லாம், மேலான உயர் குலப் பெண்டிர். இந்தக் கீறல்கள், கடிகள் போன்ற சமாச்சாரங்களை அவர்கள் கீழானது என்று நினைத்து வெறுக்கிறார்கள். பாலிகா தேசத்துப் பெண்கள் அடிப்பதையும் விரும்புகிறார்கள். மற்றவர்கள்

மட்டமான செயல் என்று நினைப்பதெல்லாம் அவந்திகா தேசத்துப் பெண்களுக்கு அல்வா சாப்பிடுவது மாதிரி.

மகாராஷ்டிரப் பெண்களுக்கு, கலவியில் இருக்கும் அறுபத்தி நான்கு வகைகளையும் பழகிப் பார்க்கவேண்டும் என்பதில் பேரார்வம். கூடலின்போது, கீழ்த்தரமாகப் பேசுவதில் கொள்ளைப் பிரியம் அவர்களுக்கு. கட்டுங்கடங்காத, மூர்க்கத்தனமான வெறியுடன் கூடல் கொள்வார்கள்.

பாடலிபுத்ர பெண்களும் மகாராஷ்டிர பெண்களைப் போலத்தான். ஆனால் அவர்கள் தங்கள் விருப்பத்தை எல்லாம் தனிமையில் மிக ரகசியமாக வெளிப்படுத்துவார்கள்.

திராவிட தேசத்துப் பெண்களைக் கூடலின்போது அழுத்துவது, தடவுவது என்று என்னதான் செய்தாலும், அவர்களை உச்சகட்டத்துக்குக் கொண்டுசெல்வதற்குள் உயிர் போய்விடும். கூடல், நீண்ட நேரம் நீளவேண்டும் என்பதில் அவர்கள் குறியாக இருப்பார்கள்.

எல்லாவித ஆனந்தத்தையும் அனுபவித்தாலும், வனவாசி தேசப் பெண்கள், மிதமான வேட்கை உடையவர்கள். தங்கள் உடல்களை மறைத்துக்கொள்வார்கள். வேட்கையின் உச்சத்தில், கெட்ட வார்த்தை பேசுவது என்பது இவர்களுக்கு பிடிக்காத ஒன்று. இப்படிப் பேசுபவர்களை, பேசக்கூடாது என்று சொல்லி, கோபத்தில் அதை விடக் கேவலமான வார்த்தைகளில் திட்டுவார்கள்.

மாளவ தேசத்துப் பெண்களுக்கு, அணைத்தல், முத்தமிடல், காயப்படுத்தாமல் அடித்தல் ஆகியவற்றில் அபார விருப்பம்.

பஞ்சாப் தேசத்துப் பெண்களுக்கு, வாய் வழிக் கூடலான ஆபுரிஷ்டகாவில் அலாதிப் பிரியம். அபாரதிகா தேசத்துப் பெண்கள், எல்லையில்லா ஆசையில் 'சிட் சிட்' என்ற ஓசையை ஏற்படுத்திக் கொண்டே கூடுவர். இவர்களுக்கு ஒரு படி மேலாக, லாட தேசத்துப் பெண்கள், இன்னும் அதிக வேட்கை கொண்டவர்கள்.

ஸ்ரீ மற்றும் கோசால தேசத்துப் பெண்கள், கலவியில் மிக மிக அதிக வெறி கொண்டவர்கள். உச்சகட்டத்தை அடையும் போது அளவில் உணர்ச்சித் தேனை அதிக அளவில் வெளியிடுவதில் அவர்களுக்கு நிகர் அவர்கள்தான். இந்த அளவு மகிழ்ச்சி அடையவேண்டும் என்பதற்காக மிகவும் மகிழ்ச்சியுடன் இதற்காக மருந்துகளும் எடுத்துக்கொள்வர்.

அவுத்ர தேசத்துப் பெண்கள், மெல்லிய உடலைக் கொண்டிருந்தாலும், அவர்களுக்கும் இன்பத்தின் மேல் இச்சை அதிகம் தான். காந்த தேசத்துப் பெண்கள், மெல்லிய உடலும் இனிமையான குரலும் உடையவர்கள்.

இந்தத் தேசத்தவர்களா? இவர்கள் எல்லாம் இப்படித்தான் என்று பொத்தாம் பொதுவாகச் சொல்லி விட முடியாது. அது மட்டு மில்லாமல், மக்கள் தேசம் விட்டுத் தேசங்களுக்குப் பயணப்படும் போது அவர்களுடன் பழக்க வழக்கங்களும் பயணப்படுகின்றன. இதனால் இந்தத் தேசம் இப்படித்தான் என்று இல்லாமல், ஒவ்வொரு பெண்ணுக்கும் பிடித்தவாறு நடந்துகொள்ளவேண்டும். மிக முக்கியமாக கூடல் மேல் காதல் வர, தழுவல், முத்தமிடல் ஆகியவற்றை எல்லாம் பயன்படுத்தவேண்டும். பின்னர் இவற்றின் வகைகளைப் பின்பற்றவேண்டும்.

முத்தத்தில் கடனை திருப்பிக் கொடுத்தால் போதும். ஆனால், கடிப்பதில் வட்டியுடன் கொடுக்கவேண்டும் என்று வலியுறுத்து கிறார்கள். வேகமாகக் கடித்தால் அதைவிட இருமடங்கு வேகத்துடன் கடிக்கவேண்டும். புள்ளி வைப்பதுபோல் கடித்தால், புள்ளி வைத்த கோடு போடுவதுபோல் திருப்பிக் கடிக்கவேண்டும். புள்ளி வைத்த கோடுபோல் கடித்தால், உடைந்த மேகத்தின் கடியைத் திருப்பிக் கொடுக்கவேண்டும். மிகவும் சீற்றத்துடன் அவளைக் கையாண்டால், அவளும் காதல் போரில் குதிக்கவேண்டும். காதலனின் தலை முடியைப் பிடித்து, தலையைத் தாழ்த்தி, அவனின் கீழ் உதடுகளை முத்தமிடவேண்டும். காதல் மயக்கத்தில் கண்கள் மூடி, அவனைக் கண்ட இடத்தில் கண்டபடி கடிக்கவேண்டும். அடுத்து வரும் நாள்களில், பொதுவிடங்களில் இருக்கும்போது அவளால் ஏற்பட்ட காதல் சின்னங்களை காட்டும்போது, ஒரு நமுட்டுச் சிரிப்பு சிரித்துவிட்டு, முகத்தை திருப்பிக்கொள்ளவேண்டும். பதிலுக்கு, கோபமான பார்வையுடன், அவள் உடலில் அவன் உண்டாக்கிய காயங்களைக் காட்டவேண்டும். இவ்வாறு மற்றவரின் விருப்பத்தைப் புரிந்துகொண்டு அதற்கு ஏற்றவாறு நடந்துகொள்பவர் களின் காதல் நூறாண்டுகள் வாழும்.

11. சல்லாப சந்தோஷத்தின் சாவி!

பெண்ணைக் கூடுவதே கொண்டாட்டத்துக்குத்தான். கொண்டாட்டம் குதூகலமாக இருக்க, பெண்ணைவிட ஆணுக்குப் பெரிதான உறுப்பு கொண்ட மேலான கலவியில், மான் போன்ற பெண், அவளின் யோனியின் அளவு அகலமாகும்படி படுக்கவேண்டும். பெண்ணைவிட ஆணுக்கு அளவு சிறியதான உறுப் பென்றால், அந்தக் கீழான கலவிகளில், யானைப் பெண்ணான ஹஸ்தினி தன் யோனியின் அளவு சுருங்குமாறு படுக்க வேண்டும். சந்தோஷத்தின் சாவி நிச்சயம் பெண்ணிடத்தில்தான்! இந்த அளவை அகலமாக்குவதும் சுருக்குவதும் யானை மற்றும் மான் பெண்களுக்குத்தான் என்றில்லை, பெண் குதிரை வகைப் பெண்களுக்கும் இது பொருந்தும். கீழான கூடலில் பெண்கள் விரைவில் உச்சகட்டத்தை அடைய ஏதாவது மருந்துகளை எடுத்துக்கொள்ளலாம்.

ஆணின் அளவும் பெண்ணின் அளவும் சரிக்குச் சரி சமமான கலவி என்றால்,

இப்படி அப்படி என்றெல்லாம் சமாளிக்கத் தேவையில்லை. இயற்கையான முறையில் இயங்கலாம்.

மான் போன்ற பெண் என்றால் மூன்று விதமான நிலைகளில் சாய்ந்திருக்கலாம்.

அவள் தலையைப் பின்பக்கமாகத் தாழ்த்தி, தன் உடலின் நடுப் பகுதியை உயர்த்திச் சாய்ந்திருப்பது, மிக அகலமாக திறந்திருக்கும் நிலை. பயணம் செல்ல பாதை சிறியதாக இருக்கிறது. பாதையை ஓர் அளவுக்கு மேல் பெரியதாக்க முடியாது என்னும் பட்சத்தில், ஆண் உள்ளே சென்று வருவதை எளிதாக்கும் வகையில், ஏதேனும் எண்ணெய் போன்ற பொருள்களைப் பயன்படுத்தலாம்.

கொட்டாவி விடும்போது வாயை நன்றாக அகலமாகத் திறப்பது போல, பெண், தன் யோனியை மேலும் அகலமாக்க, தன் இரு தொடைகளையும் தூக்கி, கால்களைச் சற்றே அகற்றிக் கூடுவது, 'கொட்டாவி நிலை'.

மார்பகங்களைத் தொடும் அளவு தன் தொடைகளைத் தூக்கி, கூடலில் ஈடுபடுவது, 'இந்திராணி நிலை' ஆகும். மிகப் பெரிய குதிரை ஆணும், மிகச் சிறிய மான் பெண்ணும் கலக்கும் மிக மேலான கூடலிலும் இந்திராணி நிலையைப் பயன்படுத்தலாம்.

இந்திராணி நிலை என்பது, இந்த லோகத்தில் இல்லாமல் இந்திர லோகத்தில் இருப்பதுபோல் இன்பம் தரும் நிலைதான். ஆனால், இந்திரன் பதவிக்கு ஆசைப்படும் முன், அத்துடன் வரும் ஆபத்துகளைப்பற்றி எவ்வளவு யோசிக்க வேண்டுமோ அதை விட அதிகமாக யோசிக்கவேண்டும், கலவியில் இந்த இந்திராணி நிலைக்கு இறங்குமுன். பயிற்சியும் பக்குவமும் இல்லையென்றால் இந்திராணி நிலை இக்கட்டில் தள்ளி விடும்.

கிடுக்கியின் இரண்டு கொடுக்குகளால் பாத்திரத்தைப் பிடிப்பது போல, இருவரின் கால்களும் இருவருக்கிடையில் இருக்குமாறு கலவி கொள்வது, 'கிடுக்கி நிலை'. கிடுக்கி நிலையை இருவகையில் அடையலாம். ஒருவர் மல்லாந்து படுத்திருக்க, மற்றவர் அவர் மேல் படுத்திருக்கலாம். அல்லது இருவரும் பக்கத்தில் இருக்குமாறு படுத்திருக்கலாம். இப்படி ஆணும் பெண்ணும் பக்கத்தில் இருப்பது போல் படுக்கும்போது, பெண், அவனின் வலப் பக்கம் இருக்குமாறு பார்த்துக்கொள்ளவேண்டும். எந்தவகைப் பெண்ணாக இருந்தாலும் ஆண் அவளுக்கு இடப்பக்கமாக இருக்கவேண்டும்.

ஒருவரின் கால் ஒருவரின் மீது இருக்குமாறு கிடுக்கிப் பிடி நிலை அடைந்து கூடிக்கொண்டிருக்கும்போது, 'விடாதே பிடி' என்னும்

படியாக, ஆணின் தொடைகளைத் தன் தொடைகளால் அவள் அழுத்துவது, 'அழுத்தும் நிலை'.

கூடலின்போது அவளின் தொடைகளை அவன் தொடைகள் மேல் வைப்பது, 'இரட்டையர் நிலை'.

கூடலின்போது, இது ஒரு வழிப் பாதை. இந்த சிறைக்குள் அகப்பட்டால் அகப்பட்டதுதான் என்று, யோனியின் உள் வந்த லிங்கத்தை வெளியே விடாமல் வலுக்கட்டாயமாகப் பிடித்து வைப்பது 'பெண் குதிரையின் நிலை'. இந்த நிலையை அடைய அதிகப் பயிற்சி தேவை. ஆந்திர மாநிலப் பெண்கள், இப்படி குதிரை சவாரி செய்வதில் வல்லவர்கள்.

பாப்ரைவர் சொன்ன இந்த நிலைகள் போதாது என்று சுவர்ணாபா மேலும் பல நிலைகளை அள்ளிவிடுகிறார்.

பெண் தன் இரு தொடைகளையும் மேல் நோக்கி மிக நேராக வைத்துக் கூடுவது உயரும் நிலை. இவ்வாறு உயர்ந்த நிலையை அடைந்த பிறகு, எவ்வளவு நேரம்தான் கால்களை நேராகவே வைத்திருப்பது, ஓய்வு வேண்டாமா என்று அவனின் தோள்களின் மீது தொடைகளை வைப்பதும், 'கொட்டாவி நிலை' எனப்படும்.

சற்றே அவளின் கால்களை கீழ் இறக்கி, அவனின் மார்பருகே கால்களைப் பிடித்து கூடுவது அழுத்தும் நிலை. அவளின் ஒரு காலை மட்டும், அவ்வாறு அவனின் மார்பருகே பிடித்து வைத்து, மற்ற காலை நீட்டி வைத்துக் கூடுவது, 'பாதி அழுத்தமான நிலை'.

அவளின் ஒரு காலை அவன் தோளின் மேல் போட்டு, மற்ற காலை நீட்டி வைத்து, பிறகு நீட்டி வைத்த காலை தோள் மேல் போட்டு என, காலை மாற்றி மாற்றித் தோள் மேல் போட்டுக் கூடுவது, 'மூங்கில் பிளக்கும் நிலை' என்று பெயர்.

சுவற்றில் ஆணி அடிப்பதுபோல், அவன் தலைமேல் ஒரு காலை வைத்து, மற்ற காலை நீட்டி வைத்துக் கூடுவது, 'ஆணியடிக்கும் நிலை'. ஆணியடிக்கவும் பயிற்சிவேண்டும். பின்னே, சுத்தி ஆணியை அடிக்காமல், கை மேல் பட்டு காயம் ஏற்பட்டுவிடாமல் சரியாக ஆணியடிக்க பயிற்சிவேண்டும்.

அவளின் கால்களை மேலே தூக்கி, அவள் வயிற்றின் மேல் வைத்துக் கூடுவது, 'நண்டின் நிலை'. தொடைகளைத் தூக்கி ஒன்றன் மேல் ஒன்றாக வைப்பது, அடுக்கி வைக்கப்பட்ட நிலை. கால்களின் கீழ்ப் பகுதி ஒன்றுடன் ஒன்று இணையுமாறு கூடுவது, 'தாமரை போன்ற நிலை'.

கூடலின்போது பெண்ணை விட்டு விலகாமல், ஆனால் அவளை மறுபுறமாகத் திருப்பி, எல்லா நேரமும் அவனை விடாமல் அவள் அணைத்திருக்கக் கூடுவது வளைக்கும் நிலை எனப்படும். வளைப்பதும் அவ்வளவு எளிதல்ல. வலிமையைவிட, வளைக்கும் நிலையை அடையப் பயிற்சிவேண்டும்.

இப்படிப் படுப்பது, அமருவது, நிற்பது எல்லாவற்றையும் தண்ணீரில் பயிற்சி செய்வது எளிதானது என்கிறார் சுவர்ணாபா. ஆனால் வாத்ஸ்யாயனரோ, 'தண்ணீரில் பயிற்சிகள் கூடாது. ஏன் என்றால், அது சமய சம்பிரதாயங்களுக்கு எதிரானது' என்கிறார். பயிற்சிகள்தான் கூடாது, ஆனால் கூடிக் களிக்கலாம் என்கிறார்!

சுவரோ அல்லது தூணோ அல்லது இருவரில் ஒருவரின் உடலை ஒருவர் தாங்கி நின்று கூடுவது, 'ஆதரவான நிலை'.

காதலன் சுவற்றின்மீது சாய்ந்திருக்க, காதலியின் கரங்கள் பூமாலை போல் அவனின் தோளைச் சுற்றி இருக்க, அவளது தொடைகள் அவன் இடையைச் சுற்றியிருக்க, அவனின் கரங்கள்மீது அவள் அமர்ந்து, அவளின் காலால் அவன் சாய்ந்திருக்கும் சுவற்றை அழுத்தி அவள் முன்னும் பின்னும் செல்லக் கூடுவது, 'தொங்கு நிலைக் கூடல்'.

நான்கு கால்களில் மிருகம் நடப்பதுபோல் அவள் இருக்க, எருது கூடுவதுபோல், அவன் அவளின் பின்புறத்தில் இருந்து கூடுவது, 'பசுவின் கூடல்' எனப்படும். இவ்வாறு கூடும்போது அவளின் மார்பகங்களுக்குக் கொடுக்கப்படும் முக்கியத்துவம் அனைத்தும் அவளின் முதுகுக்குக் கொடுக்கப்படவேண்டும்.

இந்தப் பசுவின் கூடலைப்போல், 'நாயின் கூடல்', 'ஆட்டின் கூடல்', 'மானின் கூடல்', 'பூனையின் கூடல்', 'குதிரையேற்றம்', 'புலியின் பாய்ச்சல்', 'யானையின் அழுத்தம்', 'கரடியின் தேய்த்தல்' என்றும் கூடல்கள் உண்டு. ஆம், அந்த மிருகங்கள் எவ்வாறு கூடுமோ அதே போல் கூடவேண்டும்.

அவளின் பின்புறத்தில் இருந்து கூடுவதுடன் மட்டுமில்லாமல், வலுக்கட்டாயமாக பின்புறத்திலும் கூடலாம்!

இருபெண்களையும் சம அளவு அன்புடனும், காதலுடனும் ஒரே நேரத்தில் ஒருவன் கூடிக் களிப்பது ஐக்கியக் கூடல்.

ஒரே சமயத்தில் பல பெண்களுடன் கூடுவது, 'பசுமந்தையின் கூடல்'.

பசு மந்தையின் கூடலைப்போல, ஆண் யானை பல பெண் யானைகளுடன் கூடுவது, ஆட்டு மந்தையின் கூடல், மான்

கூட்டத்தின் கூடல் எல்லாம் உண்டு. ஆம் அந்த மிருகங்கள் கூடுவதுபோலவே கூடல் நடத்தவேண்டும்.

கிராமநேரியில் ஒரே பெண்ணை பல ஆண்கள் கூடும் வழக்கம் உண்டு. ஒருவர் பின் ஒருவர்தான் கூடவேண்டும் என்று இல்லாமல், ஒரே நேரத்திலும் கூடலாம் என்கிறார் வாத்ஸ்யாயனர். ஒருவன் அவளைத் தாங்கி நிற்க, இரண்டாமவன் அவள் இடை மற்றும் மார்பகங்களில் கவனம் செலுத்த, மூன்றாமவன் அவளின் இதழ்களைச் சுவைக்க, நான்காமவன் கூடலில் இருக்கலாம். இவ்வாறு பல்வேறு பகுதிகளில் பல்வேறு சமயத்தில் பலரும் கொண்டாடலாம்.

பலர் ஒரு கணிகையுடன் இருக்கும்போதோ அல்லது ஒரு கணிகை பலருடன் இருக்கும்போதும் இவ்வாறு களியாட்டங்களில் ஈடுபடலாம்.

ஆண்கள்தான் ஒரு பெண்ணுடன் பல ஆண்களாக, எல்லோருமாக சல்லாபிக்க வேண்டுமா? ஆண், பெண் எல்லாம் சரிசமம் அல்லவா? அதனால் அந்தப்புரத்தில் ஓர் ஆண் தனியாக மாட்டினால், இதேபோல் அந்தப்புர பெண்கள் எல்லோரும் அவனை அனுபவித்து ஆளலாம். ஆனந்தம் அடையலாம்.

இங்கு சொல்லப்பட்ட கூடல்கள் மட்டுமின்றி, அவற்றில் சிலவற்றை அல்லது பலவற்றைச் சேர்த்து, அடிப்படையாக வைத்து, மேலும் பலவகைக் கூடல்களைக் கண்டறியவேண்டும். மேலும் பல மிருகங்கள், பறவைகள் போலவும் கூடவேண்டும். சாமர்த்திய மானவன் இப்படிக் கணக்கற்ற, பல கூடல் வழிகளைக் கண்டு பிடிப்பான். இப்படிப் பல வகையில் அவரவர் சமூக நாட்டின் வழக்கத்துக்கும், கூடிக் கலப்பவரின் விருப்பத்துக்கு ஏற்பவும் கூடுவது, அவர்களிடையே நட்பு காதல் மட்டுமில்லாமல் பெண்களின் மனதில் மரியாதையை உருவாக்கும்.

12. என்ன சத்தம் 'அ'ந்த நேரம்?

சண்டை என்றால் அடி விழத்தான் செய்யும். அடி விழுந்தால் வலிக்கத்தான் செய்யும். 'ஆ', 'ஆஹா', 'ஐயோ', 'அம்மா' என்று பலவிதமான ஓசைகள், வலியின் வலிமையைப் பொறுத்து வெளிப்படும்.

கூடலிலும் உணர்ச்சியின் உச்சத்தைப் பொறுத்து விதவித முனகல்கள், ஓசைகள், ஹீனக் குரல்கள் வெளிப்படும். இந்த ஒற்றுமைகள் போதாதா, கூடலும் ஒருவகை சண்டைதான் என்று அடித்துச் சொல்ல!

கூடலும் சண்டைதான் என்றான பின், இங்கும் அடிதடி உண்டு. சண்டையில் எங்கும் எப்படியும் அடிக்கலாம். ஆனால் கூடலில், கண்டபடி கட்டிப் பிடிக்கலாமே தவிர கண்ட இடத்தில் அடிக்கக்கூடாது.

தோள்கள், தலை, மார்பகங்களின் மத்தியில் இருக்கும் பள்ளத்தாக்கு, முதுகு, உடலின் நடுப்பகுதி, உடலின் இருபுறம் இங்கே எல்லாம்தான் உணர்ச்சி வேகத்தில் அடிக்கலாம்.

எங்கு அடிக்கலாம் என்று சொல்லும்போது, எப்படி அடிப்பது என்பதையும் சொல்லியாகவேண்டும் அல்லவா? கையின் பின்புறத்தைக்கொண்டு, விரல்கள் அனைத்தையும் சற்றே ஒன்றாகச் சேர்த்து, கை முஷ்டியைக் கொண்டு, உள்ளங்கையினால் என்று நான்கு வகைகளில் அடிக்கலாம்.

அடித்தால் வலிக்கும்போது வெளிப்படும் ஓசையானது கொஞ்சல், அழுதல், இடி போல ஓசை, தண்ணீரில் ஏதாவது விழும்போது வரும் ஒலி, மூங்கில் உடையும் ஓசை, பெருமூச்சு போல என்று முனகல்கள் எட்டு வகைப்படும். இவற்றைத் தாண்டி, 'என்னமாக வலிக்கிறது', 'போதும். என்னை விட்டு விடு', 'ஆஹா! எவ்வளவு ஆனந்தமாக இருக்கிறது. இன்னும்வேண்டும்வேண்டும்!' என்று பொருள்படும் படியான வார்த்தைகள் புரிந்தும் புரியாமலும் முனகல்களாக வெளிவரும். சில சமயம் 'ஐயோ அம்மா' என்ற அலறல்களும், ஏன், தகாத வார்த்தைகளால் திட்டும்கூட விழும்.

சில சமயம், கட்டுப்படுத்தக்கூடிய வலியாக இருந்தாலும் கிளு கிளுப்பைக் கூட்டுவதற்காக புறா, குயில், சிட்டுக்குருவி, வாத்து, கிளி போன்று சத்தமிடலாம்.

காதலன், தனது மடியில் காதலி அமர்ந்திருக்கும்போது, முஷ்டியால் அவள் முதுகில் அடிக்கலாம். ஒரு கன்னத்தில் முத்தம் கொடுத்தால், மறு கன்னத்தைக் காட்டலாம். ஆனால், அடித்தால் பதிலுக்கு அவனை அடிக்கவேண்டும். அதுவும் திட்டிக்கொண்டு கோபத்தில் அடிக்கலாம். தேவைப்பட்டால் கொஞ்சம் கொஞ்சலும், அழுகையும் சேர்த்துக்கொள்ளலாம். கூடலில் இருக்கும்போது, அவளது மார்பகங் களின் நடுவே கையின் பின்புறத்தால் அடிக்கலாம். கூடலின் ஆரம்பத்தில் மெதுவாக அடிக்க ஆரம்பித்து, கிளர்ச்சியின் வேட்கை, வேகம் எடுக்க எடுக்க, அடிக்கும் வேகமும் உக்கிரமும் கூடலாம். இதுபோன்ற சமயங்களில் இப்படித்தான் கூவவேண்டும் என்றெல் லாம் சொல்வது சரி வராது. பழக்கப்பட்ட குரல் எழுப்பிக்கொள்ள வேண்டியதுதான்.

ஆண், தன் விரல்களைச் சற்றே சேர்த்து வைத்து, பெண்ணின் தலையில் அடிப்பது 'பரஸ்ரதகா' எனப்படும். இதுபோன்ற தருணங்களில் 'ஹ்ம்' 'ஹா' என்ற முனகல்கள் வரலாம். கூடலின் முடிவில் ஏக்கப் பெருமூச்சுகளை வெளிப்படுத்தலாம். முத்தமிடும் போது எல்லாம் நிச்சயம் பாம்பின் சீற்றத்தைப் போன்ற ஒலியை வெளிப்படுத்தியே ஆகவேண்டும். கூடலில், அடிக்குப் பழக்கப்படாத பெண், நிச்சயம் தாய் தந்தையரை எல்லாம் இழுக்கும், தகாத கெட்ட

வார்த்தைகளால் திட்டிக் கொண்டே இருப்பாள். இதனுடன் அழுகை, இடியோசை, ஏக்கப் பெருமூச்சு எல்லாம் கலந்திருக்கும். கூடலைக் கடக்க இருக்கும் நேரத்தில், அவளின் மார்பகங்கள், இடைக்கும் தொடைக்கும் இடையில் இருக்கும் பகுதிகள், அவளின் பின்புறம் ஆகியவற்றை உள்ளங்கையினால் அழுத்திப் பிசைந்து உருட்டி விளையாடவேண்டும். கூடல் முடியும்வரை இந்த விளையாட்டு தொடரவேண்டும்.

பெண் என்றாலே மென்மை, கூச்ச சுபாவம், உணர்ச்சி வசப்படுதல் போன்ற குணங்கள் கொண்டவர்களாயிற்றே, அவர்கள் எப்படி இந்த அடித்தல், கூச்சலிடுதல், முனகல் போன்ற மூர்க்கமான, சற்றே மிருகத்தனமான காரியங்களில் எல்லாம் கலவியின்போது களிப்புடன் கலப்பார்கள்? ஆரம்பத்தில் முகம் சுளிக்கலாம், விருப்பமில்லை என்று விலகிச் செல்லலாம். ஆனால் வேட்கையின் உச்சத்தில் சொக்கி மயங்கி நிற்கும்போது, இதுபோன்ற பிடிவாதங்கள் வெயில் பட்ட பனியாக உருகி விடும்.

முதலில் சொன்ன நான்கு வகைகள் இல்லாமல், மார்பகங்களை கட்டையால் அடிப்பது, தலையில் கத்திரிக்கோலைப் பயன் படுத்துவது, கன்னங்களில் துளையிடுவது, மார்பகங்களைக் கிள்ள ஆயுதங்களைப் பயன்படுத்துவது என்று மேலும் நான்கு வகைகளைக் கணக்கில் கொண்டால் அடிகளும் மொத்தம் எட்டு வகைப்படும். ஆனால், இதைப்போல் ஆயுதங்களை எல்லாம் தெற்கு பக்க தேசங்களில்தான் பயன்படுத்துவார்கள். அதுவும் இல்லாமல் இந்த ஆயுதங்களினால் உண்டாகும் வடுக்களும், காயங்களும் எளிதில் ஆறாது. 'இது குறிப்பிட்ட ஊர்களில் சகஜமாக இருந்தாலும், வலி தரும் இதுபோன்ற முறைகள் எல்லாம் காட்டுமிராண்டித்தனமானது. இம்முறைகளைப் பின்பற்றக்கூடாது. நிச்சயம் தவிர்க்க வேண்டியது' என்கிறார் வாத்ஸ்யாயனர். இதை வலியுறுத்துவதற்கு ஆயுதங்களைப் பயன்படுத்தியபோது ஏற்பட்ட சில அசம்பாவிதங்களை அடுக்குகிறார்.

பாஞ்சால அரசன், கூடலின்போது மார்பகங்களில் கூர்மையான ஆப்பை பயன்படுத்தியபோது உயிரை விட்ட கணிகை மாதவசேனா, கத்திரியைப் பயன்படுத்தி தன் மகாராணி மால்யவதியைக் கொன்ற குண்டல தேசத்து ராஜா சதாகர்ண சதவாஹனன், துளையிடும் கருவியைப் பயன்படுத்தி ஆடலரசியின் கண்ணைப் பறித்தது மில்லாமல் தன் கையையும் வெட்டிக் கொண்ட நரதேவன் என்று பட்டியல் மிக நீளம். ஆகையால் கையை நீட்டுவதற்கு முன் நிதானமாக யோசிப்பது நல்லது.

எங்கள் ஊரில் இது சகஜம் என்று எல்லா ஊர்களிலும் எல்லாவற்றையும் பின்பற்றக்கூடாது. ஊருக்கு ஊர் ஒழுக்கம் மாறும் என்பதை மனதில் வைக்கவேண்டும். எல்லாவிதக் கொண்டாட்டங்களும் எல்லாருக்கும் பொருந்தாது. இடம், காலம், பொருள், மனிதர்களைப் பொறுத்து கொண்டாட்டமும் மாறும். காதல் சாஸ்திரம், தன் பலம் பலவீனம், அவளின் பலம் பலவீனம், குணம், விருப்பம் எல்லாவற்றையும் தெரிந்து அதற்குத் தகுந்தவாறு நடந்துகொள்ளவேண்டும்.

கடிவாளம் கட்டப்பட்ட குதிரை தறிகெட்டு வேகமாக ஓடும்போது, மேடு, பள்ளம், குண்டு, குழி என்று எதையும் பார்ப்பதில்லை. கலவியில் கலந்துவிட்டவர்களும் அதுபோலத்தான். கூடல் தொடங்கிய பின்னர், வேட்கை அது விரும்பிய வழியில் செல்கிறது.

மேலும், இந்த அடித்தல், முனகல் எல்லாம், கட்டுப்பாடு இல்லாமல் வரும் கனவைப்போல் கண நேரத்தில் கட்டுப்பாடின்றி நடந்து விடும் செயல்கள். இவற்றுக்கு எல்லாம் விதிமுறைகளால் வரைமுறை வகுக்க முடியாது. காமம் கண்ணை மறைக்கும். உணர்ச்சி வேகம் வலியை உணராது.

13. அவன் மேல் அவள்

கூடல்... கூடல்... மேலும் கூடல்... என்று கூடியும், காளை கண்டது எல்லாம் களைப்பு மட்டும்தான். உச்சகட்டம் இன்னும் கைகூடவில்லை என்றால், பெண்ணை ஆண்போல் உயர்த்துவதைத் தவிர வேறு வழி இல்லை.

களைப்பினால் அவன் சளைத்துக் கொண்டிருந்தாலும், கூடலைக் கலைக்க ாமல் அவனை அப்படியே திருப்பி மஞ்சத்தில் மல்லாக்கப் படுக்க வைத்து, அவன் மேல் அவள் அமர்ந்து இயங்க வேண்டும். இதையெல்லாம் அவனின் அனுமதி பெற்றே செய்யவேண்டும்.

ஆண் உச்சகட்டத்தை அடைய உதவு வதற்குத்தான், அவன் மேல் அவள் அமர வேண்டும் என்று இல்லை. கலவியை ஆரம்பிக்கும்போதே, பெண் ஆணாக இயங்கலாம்.

'அட அவள் மேலே இருந்தால் எப்படி இருக்கும்!' என்ற அவனின் எதிர் பார்ப்போ அல்லது 'ம்ஹூம்! எப்பொழுதும் நான் கீழேதான் இருக்க

வேண்டுமா? அவன் நமக்குக் கீழே இருந்தால் எப்படி இருக்கும்!' என்ற அவளின் ஆசையை நிறைவேற்றிக்கொள்ளவோ, பெண் ஆணுக்கு அடங்காமல் அவனை அடக்க முயற்சிக்கலாம்.

மலர்கள் சூடிய விரிந்த கூந்தல், புன்னகையை மீறிய பெருமூச்சுடன் அவன் மார்பை அவளின் மார்பகத்தால் முட்டி, தலையைத் தாழ்த்தி அவ்வப்பொழுது முத்தமிடவேண்டும். 'என் மேல் அமர்ந்து என்னை எப்படி எல்லாம் பாடு படுத்தினாய். அதேபோல் இப்பொழுது நான் உன்னைப்படுத்தி எடுக்கிறேன்பார்!' என்று சொல்லி அவனைப்போல் அடிப்பது, நக்கல் பேச்சு எல்லாம் பேசவேண்டும். சிறிது நேரம் கழித்து, மீண்டும் நாணம், கூச்சம், களைப்பு எல்லாம் வந்ததால், கூடியது போதும் என்று சொல்லி, என்ன இருந்தாலும் நான் பெண்தான் என்று வெளிப்படுத்தவேண்டும். ஆனாலும் இதற் கிடையே ஆணைப்போல் இயங்கவேண்டும்.

அது என்ன ஆணைப் போல் இயங்குவது? பெண்ணுக்கு இன்பத்தைக் கொடுக்க, ஆண் செய்யும் அனைத்தும், ஆணின் கடமைகளே. அதுவே ஆணின் இயக்கம்.

காதல் மயக்கத்தில், மஞ்சத்தில் இருக்கும் பெண்ணின் உள்ளாடைகளுக்குத் தன் கைகளால் விடுதலை தரவேண்டும். 'வேண்டாம்... உடைக்கு விடுதலை!' என்று சொல்ல வரும் அவளை, வாய் திறக்க விடாமல் முத்த மழையால் பொத்தவேண்டும். அவனின் லிங்கம் தலை தூக்கிய பின்னர், அவன் அவளின் அங்கத்தை அங்குலம் அங்குலமாகக் கைகளால் அளக்கவேண்டும். முதல் முறையாக கச்சேரி அரங்கேறுகிறது என்றால், வெட்கத்தில், பீடத்தோடு லிங்கம் சேர தொடைகள் தடையாக இருக்கும். இறுகச் சேர்ந்திருக்கும் தொடைகளை, கைகளால் விலக்கவேண்டும். அதுவும் இளம் பெண் என்றால், அவனுக்கு நான்கு கைகள் வேண்டியிருக்கும். ஆமாம்! மார்பகங்களை மறைத்திருக்கும் கைகளை விலக்கவேண்டும். அவளின் மார்பகங்கள், அக்குள்கள், கழுத்து என்று எல்லா இடங்களிலும் அவனின் கைகள் சுற்றிச் சுற்றிப் பார்க்கவேண்டும். போதாதற்கு தொடைகளையும் தள்ளி வழி செய்யவேண்டும் என்றால் அவனுக்கு எத்தனை கைகள் வேண்டி இருக்கும்?!

சற்றே பழகிய பெண் என்றால் பரவாயில்லை. சூழ்நிலைக்குத் தகுந்தவாறு விருப்பத்திற்கேற்றவாறு உறவாடலாம். அவளின் கூந்தலை வருடி, கன்னத்தைத் தூக்கி... அதேதான்... மீண்டும் முத்தம்தான். இளம் பெண் என்றால் இதற்கு எல்லாம் வெட்கத்தில் கண்களை மூடிக்கொள்வாள். இதெல்லாம் கண்கொள்ளாக் காட்சி!

பெண்ணின் செய்கைகளை வைத்து, அவள் விருப்பத்தைப் புரிந்துகொண்டு அவளைத் திருப்திபடுத்துமாறு நடந்துகொள்ள வேண்டும். அட! அவளுக்கு எது பிடிக்கிறது என்று எப்படித் தெரிந்துகொள்வது? முத்தத்துக்கும் முனகலுக்கும் நடுவே இதெல்லாம் பேச முடியுமா? கேள்வி கேட்க முடியுமா? பதில்தான் வாங்க முடியுமா?

அதுவும் முதல் முறை, வெட்கப்படும் இளம் பெண் என்றால் விருப்பத்துக்கு விடை தேடுவதெல்லாம் வேலைக்கு ஆகுமா என்று வேதனை, வருத்தமெல்லாம் பட வேண்டியதில்லை.

'கன்னி அவள் கண் இருக்கும்போது கவலை எதற்கு?' என்கிறார் சுவர்ணாபா! அவள் கண் போகும் பாதையில் பயணித்தால் போதும். கண் காட்டும் பாகத்தை எல்லாம் அழுத்திப் பிடித்தாலே, அவள் ஆனந்தத்தின் ஆழம் காண்பாள் என்கிறார்.

பெண்ணின் உடல் மிகத் தளர்வாக, கண்கள் சொர்க்கத்தில் சொருகி, லிங்கமும், யோனியும் மேலும் நெருக்கமாக இருக்குமாறு வெட்கத்தை விட்டு, விருப்பத்துடன் உடலை இழைத்தால், ஆண், தான் செய்ய வேண்டிய அனைத்தையும் சரியாகச் செய்கிறான் எனப் புரிந்துகொள்ளலாம்.

அதுவே கைகளை ஆட்டிக்கொண்டு, அவனை எழ விடாமல், கடுப்பாகி, கடிப்பது உதைப்பது மட்டுமல்லாமல் உச்சத்தின் எச்சத்தை ஆண் எட்டிய பின்னும், விடாமல் அவள் மட்டும் கூடலின் இயக்கத்தில் இருந்தால், இருவருமே வெல்ல வேண்டிய யுத்தத்தில் ஆண் நிச்சயம் தோற்று விட்டான் என்று அர்த்தம்! தோல்வியைச் சமாளிக்க, யானை தன் தும்பிக்கையால் தேய்ப்பதுபோல, கூடலுக்கு முன்பே அவளின் யோனியில் தன் கைகளாலும் விரல்களாலும் தேய்க்கவேண்டும். யோனி மென்மையான பின்னே லிங்கத்தை யோனியில் இறக்கவேண்டும்.

லிங்கமும் யோனியும் நேருக்கு நேராகச் சந்தித்து, சரியான முறையில் ஒன்றிணைவது என்பது 'முன்னோக்கிச் செல்லுதல்'. லிங்கத்தைக் கையில் பிடித்தவாறே, யோனி எங்கும் சுற்றி வரச் செய்வது, 'கடைதல்'. யோனி கீழிறங்க, அதன் மேல் பகுதி மட்டும் லிங்கத்திடம் சிக்கி இருப்பது, 'துளைத்தல்'. அதுவே யோனியின் கீழ் பகுதிவரை லிங்கம் பாய்வது, 'தேய்த்தல்'. நீண்ட நேரம் யோனியை லிங்கத்தில் வைத்திருப்பது 'அழுத்துதல்'. யோனிக்குள் நன்றாக உள்ளே சென்ற லிங்கம், சிறிது வெளியே வந்து, மிகவும் வேகமாக, மீண்டும் உள்ளே செல்வது 'குத்துதல்'. யோனியின் ஒரு பகுதியை மட்டும் லிங்கத்தால் தேய்ப்பது 'கரடியின் குத்து'.

யோனியின் இருபக்கமும் தேய்க்கப்படுவது 'எருதின் குத்து'.யோனியின் உள்ளே சென்ற லிங்கம் வெளியே வராமல், அடிக்கடி மேலும் கீழும் நகர்வது, 'சிட்டுக்குருவியின் சித்து விளையாட்டு'. இது கூடல் முடியும் தருணம்.

மேலே சொன்னதெல்லாம், ஆண் செய்யும், செய்ய வேண்டிய செயல்கள்.

இதுவே, ஆண் மேல் அமர்ந்து, பெண், ஆணாக இயங்கும்போது, பாத்திரத்தை இடுக்கிப் பிடிப்பதுபோல், லிங்கத்தை யோனியின் உள்ளே நீண்ட நேரம் இழுத்து அழுத்தி வைப்பது, கூடலில் இருக்கும் போது, பம்பரம் சுற்றுவதுபோல், ஒரு சக்கரம் சுற்றுவதுபோல் அவன் மேல் சுற்றுவது. (இப்படியெல்லாம் சுற்றுவது அவ்வளவு எளிதல்ல. மிகவும் பயிற்சி தேவை.) அவள் அப்படிச் சக்கரமாக சுற்றி வரும் போது, அவனின் உடலின் நடுப்பகுதியை உயர்த்த, அவளும் தனது உடலின் நடுப்பகுதியை சுற்றுவது, 'ஊஞ்சலாட்டுதல்'. இப்படி, ஆணாக இயங்கும் பெண்ணுக்குக் கூடுதல் கலவிக் கடமைகள் உண்டு!

இப்படி கூடுதல் கலவிக் கடமைகள் செய்த பெண், தன் தலையைக் காதலன் மேல் வைத்து ஓய்வு எடுக்கலாம். முக்கியமாக ஓய்வு அவர்களுக்குத்தானே தவிர, அவர்களின் அவயங்களுக்கு நிச்சயம் ஓய்வில்லை. கூடல் கலையக்கூடாது. யோனியும் லிங்கமும் பிரியக் கூடாது. களைத்துப்போன பெண் ஓய்வு எடுத்த பின், மீண்டும் அவளை மஞ்சத்தில் படரவிட்டு, அவள் மேல் ஆண், ஆணாக இயங்க வேண்டும்.

என்னதான் பெண்கள் கூச்சம் உள்ளவர்கள், நாணம், பயிர்ப்பு எல்லாம் இருக்கும் என்றாலும், ஆணின் மேல் அமர்ந்து, அவனை ஆளும் போது, அவளின் மொத்த காதலும், விருப்பமும் அவளை ஆள்கிறது. அதில் அச்சம், வெட்கம், நாணம், மடம், பயிர்ப்பு எல்லாம் போகுமிடம் தெரிவதில்லை. பெண் மேலிருந்து இயங்கும்பொழுது அவளின் செய்கைகள் மூலம் அவளுக்கு எது பிடிக்கும் எது மிகவும் பிடிக்கும் அவளை எவ்வாறு கொண்டாடவேண்டும் எவ்வாறு திருப்திப்படுத்தவேண்டும் என்பதை எல்லாம் அவன் அறிந்து கொள்ளலாம்.

ஆண், யாரை வேண்டுமானாலும் தன் மேல் அமரச் சொல்லலாம், ஆனால் வீட்டுக்கு விலக்காகி இருக்கும்போது, வெகு நாள்கள் கூடாமல் தனிமையில் இருந்தவள், மிகவும் குண்டானவள் ஆகியோரை மேலே ஏற்றவேகூடாது. மிக்க கவனம் தேவை.

14. வாய் ஜாலம்

பேடி, அலி, திருநங்கையர் என்றெல்லாம் அழைக்கப்படுபவர்களில் இருவகை உண்டு. உடை, பேச்சு, செயல், நடவடிக்கை, மென்மை, அடக்கம், பொறுமை, வெட்கம் என்று அனைத்திலும் பெண்கள்போலவே நடந்துகொள்பவர்கள், திருநங்கையர். இவர்களின் வாய், பெண்ணின் நடுப்பகுதியான ஜகானாவுக்குச் சமமானது. ஆம் பெண்ணின் ஜகானாவில் செய்யப்படும் கூடல் சேவைகள் அனைத்தும் இவர்களின் வாயில் செய்யப்படும். கணிகை போல் வாழ்க்கை நடத்தும் இவர்கள், இந்த வாய்ச் சேவை (ஆபரிஷ்டகா)யில் அளவில்லா ஆனந்தத்தை அடைவர்.

ஆண்போல வேடமிட்டு இருக்கும் திருநங்கையர், தங்கள் ஆசைகளை ரகசியமாக அடக்கி வைத்து மசாஜ் செய்பவர்கள் போல் வாழ்ந்து வருவார்கள். மசாஜ் செய்கிறேன் என்று ஆணின் தொடைகளைத் தழுவுவார்கள். தொடையைத் தாண்டி ஆணின் ஜகானா பகுதிகளையும் தொட்டுத் தழுவுவர். இவ்வாறு தழுவும்போது, மற்றவனின் லிங்கம்

உயிர் பெற்றால், அதையும் கைகளால் அழுத்திவிட்டு, ஆண் நான் தொட்டால் அது ஏன் உயிர் பெறுகிறது? அவனா நீ என்று ஏளனம் பேசுவார்கள். மறுமொழி ஏதும் வராவிட்டால், ஆணுக்கும் விருப்பம் இருக்கிறது என்று புரிந்தால், கேட்காமல் கூடலில் கலந்து விடுவான் (ள்). அதுவே ஆண் கூடலில் கலக்கவேண்டும் என்று கட்டாயப் படுத்தினால், நான் அப்படிப்பட்ட ஆள் இல்லை என்று மறுத்து, முரண்டு பிடித்து, பின்னர்தான் கூடிக் கும்மியடிப்பார்கள்.

இப்படி, லிங்கத்தை வாயில் எடுப்பதில் எட்டு நிலைகள் உண்டு.

முதலில் ஆணின் லிங்கத்தை தன் கையில் தாங்கி உதடுகளுக்கு மத்தியில் வைத்து வாயை அசைப்பது, 'உண்மையில்லாத பெயரளவே யான கூடல்'.

மலரை தன் உள்ளங்கையில் மறைத்து வைப்பதுபோல், லிங்கத்தின் முனையை தன் விரல்களால் மூடி மறைத்து, தன் லிங்கத்தின் இரு பக்கங்களை தன் உதடுகளாலும் பற்களாலும் அழுத்திக் கடிக்க வேண்டும்.

இதுவரை அடைந்தது போதாது என, லிங்கத்தை வாயிலிருந்து வெளியே எடுத்து, லிங்கத்தை தன் உதடுகளால் மூடி, வெளிப் பக்கமாக அழுத்தி முத்தமிடவேண்டும்.

இன்னும் இன்னும் என்று ஆண் கேட்க, லிங்கத்தை மேலும் வாயினுள் நுழைத்து, உதடுகளால் அழுத்திய பின்னர் வெளியே எடுத்து, உள்பக்கமாக முத்தமிடவேண்டும். அடுத்து லிங்கத்தை வாயில் வைத்திருக்கும்போது, கீழ் உதடுகளை முத்தமிடுவதுபோல் லிங்கத்தை முத்தமிடவேண்டும். இவ்வாறு முத்தமிட்ட பிறகு, நாக்கால் லிங்கத்தை ஆலிங்கனம் செய்து அழுத்தவேண்டும்.

இதேபோல், பாதி லிங்கத்தை தன் வாயினுள் எடுத்துக்கொண்டு, வேகத்துடனும் வேட்கையுடனும் முத்தம் கொடுத்து மாம்பழத்தைச் சப்புவதுபோல் சப்பவேண்டும்.

முடிவாக ஆணின் அனுமதி பெற்ற பின்னர், லிங்கத்தை முழுதாக விழுங்கிவிடுவதுபோல், மொத்த லிங்கத்தையும் வாய்க்குள் கொண்டு சென்று விழுங்க முயற்சிக்கவேண்டும்.

இப்படியாக, ஒவ்வொரு நிலையைக் கடக்கும்போதும், போதுமா நிறுத்தி விடவா என்று கேட்க, ஆண் போதாது அடுத்த நிலைக்குப் போ... அடுத்த நிலைக்குப் போ என்று, எட்டாவது நிலையை எட்டும் வரை எட்டிப் போக விடுவதில்லை.

இவ்வாறு கூடும் போது, கீறுதல், அடித்தல் போன்ற மற்ற செயல் களையும் மேற்கொள்ளலாம்.

கற்பில்லாத, மனம் போன போக்கில் வாழும் பெண்கள், திருமண மாகாத பணிப் பெண்கள்தான் ஆபரிஷ்டகா எனப்படும் வாய்வழிக் கூடலில் ஈடுபடுவார்கள். லிங்கத்தை, பேடிகள் மற்றும் பெண்களின் வாயில் வைக்கும் கீழான, கேவலமான, புனித நூல்கள் பரிந்துரைக்காத செயலான ஆபரிஷ்டகாவில் ஆனந்தம் அடைபவன், நாயைப் போன்ற கேவலமான மனிதன் என்று ஆசாரியர்கள் கருதுகிறார்கள்.

திருமணமான பெண்களுடன் ஆபரிஷ்டகாவில் ஈடுபடுவதை சட்டம் தடை செய்கிறது. ஆனால், கணிகைகளுடன் கூடுவது என்றான பிறகு, ஆபரிஷ்டகா அபச்சாரம் என்று சொல்வது அபத்தமானது என்பது வாத்ஸ்யாயனரின் வாதம்.

ஆபரிஷ்டகா என்றால், ஆவென வாய் திறக்கும் பெண்ணா, வேண்டவே வேண்டாம் என்று கிழக்கு இந்தியக்காரர்கள் சொல்லி விடுவார்கள். அஹிசத்ர நாட்டினர், அத்தகைய பெண்ணோடு கூடினாலும், அவளின் வாய் பக்கம் போகவே மாட்டார்கள். சாகேத நாட்டு மக்களோ, இத்தகைய பெண்களுடன் அனைத்துவகை வாய்வழிக் கூடல்களையும் கடக்கிறார்கள். நாகர நகர மக்கள், வாய் வழி கூடல் மட்டும் கூடாது என்று சொல்வர்.

இந்த ஆபரிஷ்டகா அசிங்கம் என்று சொல்பவர்களுக்கு, ஆணி அடிப்பதுபோல் சரியான பதிலைத் தருபவர்கள் சுரசேனா நாட்டினர். பெண்கள் பொதுவாகவே அசுத்தமானவர்கள்தான். பெண்களின் குணம், கற்பு, பரிசுத்தம், நடவடிக்கை, ஆகியவற்றைப்பற்றி யாராவது சரியாகச் சொல்ல முடியுமா? அவையெல்லாம் சுத்தமில்லாமல் இருந்தாலும், அவளுடன் கூடிக் கொண்டாடுவதைத் தடுப்பதில்லை. அப்புறம் ஏன் ஆபரிஷ்டகா மட்டும் அசுத்தமானது என்று சொல்லவேண்டும்?

பசுவின் மடி புனிதமானது என்று சொல்வீர்கள். ஆனால், அதில் வாய் வைக்கும் கன்றின் வாய், பசுவின் வாய் அசுத்தமானது என்பீர்கள். வேட்டை நாயால் வேட்டையாடப்பட்ட மானை உண்பீர்கள். ஆனால், வேறு உணவுகளில் நாய் வாய் வைத்தால், நாயை உதைப்பீர்கள். பறவை கொத்திய பழத்தை உண்பீர்கள். ஆனால், காகமோ மற்ற பறவைகளோ சாப்பிட வந்தால் விரட்டி அடிப்பீர்கள்.

அதே போல், முத்தம் கொடுக்க மட்டும் சுத்தமாக இருக்கும் வாயில், லிங்கம் வைத்தால் மட்டும் குறைந்துபோய் விடுமா? இது எந்த ஊர் நியாயம்? என்று கேட்கிறார்கள்.

வாத்ஸ்யாயனரோ, இதெல்லாம் காதல் கூடல் இல்லையா? உங்கள் ஊரில் பரவாயில்லையா? சரி சாப்பிடு. உனக்கு பிடித்திருக்கிறதா

அப்பொழுது ஊர் கிடக்கிறது, நீ தாராளமாகச் சாப்பிடு, ஊட்டி விடு என்கிறார்.

சில ஆண் பணியாள்களும் வேறு வழி இல்லாமல், தங்கள் முதலாளிகளுடன் இந்த வாய்வழிக் கூடலில் கலப்பார்கள். அந்தப்புரங்களில் மோகம் தலைக்கேறிய பெண்கள், லிங்கம் கிடைக்காத சமயங்களில் தங்கள் யோனிகளை மற்றவர்களின் உதட்டுக்கு உணவாக்கி விடுவார்கள். சில சமயம் அவர்களும் விருந்து சாப்பிடுவது உண்டு.

ஆணின் லிங்கத்தை ஆணும், பெண்ணின் யோனியைப் பெண்ணும், ஆணின் லிங்கத்தைப் பெண்ணும் என்று சுவைக்கும்போது, பெண் யோனியை ஆண் தாராளமாக, வாய் உதடுகளை முத்தமிடுவதுபோல், யோனியின் உதடுகளையும் ஆண் முத்தமிடலாம், உண்ணலாம்!

இருவரும் தலைகீழாக படுத்துக்கொண்டு, அவனின் லிங்கத்தை அவளும், அவளின் யோனியை அவனும் உண்ணுவது, 'காக்கையின் கூடல்'.

சில கணிகைகள், இந்த ஆபரிஷ்டகாவுக்கு ஆசைப்பட்டு, நல்ல குணமுள்ள, பெருந்தரமான புத்திசாலி மனிதர்களைத் தவிர்த்துவிட்டு, அடிமைகள், யானைப் பாகர்கள் போன்ற கீழான மனிதர்களுடன் இணைந்துவிடுகிறார்கள்.

எந்தக் காரணத்தைக்கொண்டும் படித்த பிராமணன், அரசுப் பணியில் இருக்கும் அமைச்சர், சமுதாயத்தில் புகழ் பெற்றவர்கள், ஆபரிஷ்டகாவில் ஆனந்தம் காணக்கூடாது. இது என்ன ஓரவஞ்சனை. சாஸ்திரம்தான் ஆபரிஷ்டகாவை அனுமதிக்கிறதே. அப்புறம் ஏன் அனுபவிக்கக்கூடாது என்று கேட்டால். நாய்க் கறிக்கு கூடத்தான் மருத்துவ குணங்கள் இருக்கிறது. அதற்காக நாம் அதைச் சாப்பிடுகிறோமா? அதேபோல்தான் ஆபரிஷ்டகாவும்.

சாஸ்திரம் சம்மதிக்கிறது என்பதற்காக மட்டும் ஆபரிஷ்டகாவுக்கு அனுமதி தரக்கூடாது. இடம், பொருள், ஏவல் சந்தர்ப்ப சூழ்நிலை ஆகியவற்றைப் பொறுத்துத்தான் எல்லாமே. அதுவுமில்லாமல், கூடல் என்பது ரகசியமாக, யாரும் அறியாமல், பார்க்காமல் இருக்கும்போது நடப்பதுதான். சித்தம் போக்கு சிவன் போக்கு என்று இந்த மனித மனம் கட்டுக்குள் அடங்காமல் இருக்கக்கூடியது. அதனால், எவன் எப்பொழுது, எதற்காக, என்ன செய்வான் என்று யார் சொல்ல முடியும்? இதற்கு மேலும், 'முடிவாக என்னதான் சொல்கிறீர்கள்? ஆபரிஷ்டகாவுக்கு அனுமதி உண்டா?' என யாரும் வாயைத் திறந்து கேட்கக்கூடாது!

15. கூடலும் ஊடலும்

எப்படி முத்தமிடுவது? எப்படிக் கட்டியணைப்பது என்ற பாடம் எல்லாம் சரி. எங்கு, எப்படி ஆரம்பித்து, எப்படி முடிப்பது என்றெல்லாம் குழப்பம், சந்தேகம் வரலாம்.

பூக்களால் அலங்கரிக்கப்பட்டும் பூவாசம் போதாது என்று, திரவியங்களால் நறு மணம் கமழும் பள்ளியறையில், நன்றாக அலங்கரித்துக்கொண்டு, பூவாசத்தைத் தோற்கடிக்கும்வகையில் வாசம் வீச, பூச்சூடி வரும் பூவையை, நண்பர்கள், பணியாள்கள் சூழ வரவேற்கவேண்டும். பாவைக்கு ஏதாவது பருகக் கொடுத்து, இடப் பக்கத்தில் அமர வைத்து, அவளின் கூந்தல் கானகத்தில் அவனின் கைகளைத் தொலைக்கவேண்டும். தொலைந்த கைகளை, அவளின் உடையின் நுனியில் கண்டு எடுக்கலாம். சற்றே சற்றே மெதுவாக, வலக்கரத்தால் அணைக்கலாம்.

'ச்ச்சீய்' எனச் சொல்ல வைக்கும், சிலிர்க்க வைக்கும் சிலேடைப் பேச்சு எதையாவது பேசவேண்டும். அவளை இசைக்கும் முன், இசைக்கருவிகள் இசைத்து,

அங்கம் அசைய, ஆசையைத் தூண்டும் வகையில் ஆடிப் பாடலாம். மாதுவுடன் மதுவும் பருகலாம். இவ்வாறு பெண்ணின் பெண்மையைத் தூண்டி, இனித் தாங்காது என்ற நிலை வரும்போது, உடனிருக்கும் நண்பர்கள், பணியாள்களுக்கு பழம், வெற்றிலை பாக்கு எல்லாம் கொடுத்து, 'போய் வாருங்கள்' எனச் சொல்லி அனுப்பி விடலாம்.

இருவரும் தனித்து விடப்பட்ட பின், இனிமையைத் தேடி பயணத்தைத் தொடங்கலாம். பயணத்தில், இதுவரை படித்த அனைத்தையும், அதற்கு மேலும் பயிற்சி செய்து பார்க்கவேண்டியது தான். கூடலின் முடிவில், இருவரும் அடக்கத்திலும் வெட்கத்திலும் ஒருவரை ஒருவர் பார்க்காமல், தனித் தனியே சென்று, உச்சத்தின் எச்ச மிச்ச சுவடுகளைச் சுத்தம் செய்துகொண்டு வரவேண்டும். வந்த பிறகு மீண்டும் வெற்றிலையைப் போட்டுக்கொண்டு, சந்தன முல்லையின் உடலில், சந்தன தைலத்தைத் தேய்க்கவேண்டும். உடலுக்கு உணவில்லாதபொழுது சிறிது வயிற்றுக்கும் ஈயப்படும் என்று மாம்பழம், பழரசம் என்று இனிப்பான, தூய்மையான உணவை உண்ணவேண்டும். மூடிய அறையில், அவளின் நிலவைக் கண்டு, அவளுக்கு நட்சத்திரங்கள் காட்டியது போதாது என்று மொட்டை மாடியில், நிலவைப் பார்த்தவாறு, மடியில் மயக்கத்தில் சாய்ந்திருப்பவளுக்கு, நிஜ நட்சத்திரங்களைக் காட்டலாம்.

சண்டை அல்லது பயணத்தின் காரணமாக சில காலம் பிரிந்திருந்த பிறகு அல்லது பழக ஆரம்பித்து நாள்களாகியும் பல தடைகளைத் தாண்டித் தழுவி கூடிக் கலப்பதே காதலின் கூடல். காதலர்கள் அவர்கள் விருப்பப்படி, வேண்டியவாறு வேண்டுமளவு கூடிக் களிக்கலாம்.

பழகவும் காதலிக்கவும் ஆரம்பித்த சில நாள்களிலேயே கூடுவது, பின் தொடரும் காதலின் கூடல்.

இருவரும், வேறு யாரையாவது விரும்பினாலும், கூடலில் கலப்பது செயற்கையான காதலின் கூடல். இதுபோன்ற கூடலில், காமசாஸ்திரத்தில் சொல்லியிருக்கும் அனைத்து வகைகளையும் பயன்படுத்தவேண்டும். பெண்ணின் ஒத்துழைப்பின்றி, கூடலின் அறுபத்தி நான்கு வகைகளையும் பயன்படுத்தி அவனே ஊக்கப் படுத்திக்கொண்டு, அவளைக் கூடுவதும் செயற்கையான காதலின் கூடலில் சேர்த்திதான்.

கலந்திருக்கும் பெண்ணைக் கருத்தில் வைக்காமல், கனவுக் கன்னியுடன் கலப்பதுபோல் கற்பனை செய்துகொண்டு கூடுவது, ஆள்மாறாட்ட காதலின் கூடல்.

பணிப் பெண் அல்லது தாழ்ந்த இனத்தைச் சேர்ந்த பெண்ணை, காதல் இல்லாமல் காமத்தின் பொருட்டு மட்டும் கூடுவது பேடிகளின் கூடல். இதுபோன்ற கூடல்களில், தொடுதல், முத்தமிடல், தழுவுதல் போன்ற ஆசையை அதிகரிக்கும் அனைத்துக்கும் தடை.

நாகரிகம் இல்லாதவனுக்கும் கணிகைக்கும் இடையேயான கூடல், கிராமத்துப் பெண்களை கட்டாயப்படுத்திக் கூடுவது போன்ற கூடல்கள் எல்லாம், போலியான வஞ்சனையான கூடல்கள்.

ஒருவரை ஒருவர் புரிந்துகொண்டு, மனதார விரும்புவர்கள், அவர்கள் விருப்பப்படி கூடுவதே இயல்பான கூடல்.

கூடல் ஊடல் இரண்டும் இணைந்ததுதானே காதல். கூடல்பற்றி இவ்வளவு சொல்லிவிட்டு ஊடலைப்பற்றி எதுவும் சொல்லா விட்டால் எப்படி?

ஒருவன்மீது கண்மூடித்தனமான காதலில் இருக்கும் பெண்ணுக்கு, அவன் மற்ற பெண்களைப்பற்றி நினைப்பது, பேசுவது, ஏன் தவறுதலாக அவளின் பெயரைச் சொல்வதுகூட கடும் கோபத்தைத் தரும். இன்னொருத்தியின் பெயரை மட்டும் அவளின் மன்னவன் சொல்லிவிட்டால் போதும், கூச்சல் என்ன, அழுகை என்ன, அடிப்பது என்ன, தலைவிரிகோலம் என்ன, தரையில் புரண்டு பிடிவாதம் என மூன்றாம் உலகப் போர் ஆரம்பம்தான்.

எரிமலையாகக் குமுறிக்கொண்டிருப்பவளை எதிர்கொண்டுதான் ஆகவேண்டும். தரையில் புரண்டு கிடப்பவளை அள்ளி அரவணைத்து, ஆறுதல் வார்த்தை சொல்லி, மஞ்சத்துக்குத் தூக்கிச் செல்ல முயற்சிக்கவேண்டும். காதலன் ஆறுதல் கூறியதும், ஆரம்பத்திலேயே அடங்கிவிட்டால் ஊடலுக்கு என்ன மரியாதை இருக்கிறது. அவனது சமாதான பேச்சுகளைப் புறம் தள்ளி, காதலனுடைய தலைமுடியைப் பிடித்து இழுத்து, காலால் உதைத்து, அவனை உடலெங்கும் அணைக்கும் அதே கைகள், அவன் உடலெங்கும் அடித்து அவனையும் புறம் தள்ளவேண்டும்.

இவ்வாறு அழுது ஆர்ப்பாட்டம் செய்வது, அடிப்பது, இம்சிப்பது போன்ற அனைத்தும் செய்தாலும் காதலியானவள், வாசற்படிக்குள் தான் இருக்கலாமே தவிர, வாசற்படியைத் தாண்டக்கூடாது என்கிறார் தட்டகா. காதலன்/கணவனின் பொறுமை எல்லை தாண்டுவதுபோல் தெரிய ஆரம்பித்தால், உடனே அவனை அணைத்து, ஆனால் சற்றே வெறுப்புடன் பேச ஆரம்பிக்கவேண்டும். பேச்சில் கடுப்பு இருந்தாலும், செயலில் காதல் இருக்கவேண்டும். கூடலாமா என்று கோடிகாட்டவேண்டும்.

இத்தனை ஊடலும், அவளின் வீட்டில் நடந்தால், சண்டைக்குப் பின் இன்னும் கோபம் தணியவில்லை என்று சொல்லி விட்டு, அவனை விட்டு விலகி விடவேண்டும். பின்னர் தூதுவர்களை அனுப்பி அவனைச் சமாதானப்படுத்திய பின்னர்தான், வீட்டுக்குத் திரும்பி அன்று இரவே அவனுடன் கூடவேண்டும்.

பாப்ரைவர் சொல்லியிருக்கும் அறுபத்தி நான்கு வகைகளையும் நன்கு கற்று, அவற்றைச் செயல்படுத்தும் ஆண், அவன் ஆசைப்படும் மிக உயர்ந்த சிறந்த பெண்ணை அடைவான். இந்த அறுபத்தி நான்கு வகைகள் இருக்கும் காம சாஸ்திரத்தை நன்கு அறிந்தவனை அவன் மனைவி மதிப்பாள். மற்றவரின் மனைவிகள், கணிகைகளும் மதிப்பார்கள். பெண்கள் என்று இல்லாமல் மற்ற ஆண்களும் மதிப்பும் மரியாதையும் கொடுப்பார்கள். மற்ற விவகாரங்களில் அவ்வளவாக விவரமாக இல்லாவிட்டாலும், இது போதாதா என்ன? காமசாஸ்திரத்தில் கரை கண்டவனை தலைவன் என்று கொண்டாட! அதுவே மற்ற விவகாரங்களில் என்னதான் வித்தகனாக இருந்தும், இந்த விளையாட்டைப்பற்றி தெரியவில்லை என்றால் அவனுக்கு எங்கும் மரியாதை கிடையாது.

பாகம் 3

16. திருமணமாம் திருமணம்

நல்ல பிள்ளைகள், நல்ல நண்பர்கள் என்று ஆசீர்வதிக்கப்பட்டு, செய்யும் செயல்களில் எல்லாம் தர்மம் துணை நின்று, வாழ்வில் அளவில்லா ஆனந்தமும், அன்பும் அடைய என்ன செய்யவேண்டும்? சுருக்கமாகச் சொல்ல வேண்டுமென்றால் நல்ல பெண்ணை நல்ல முறையில் திருமணம் செய்ய வேண்டும்.

நிறைய சொந்த பந்தங்கள், நண்பர்கள் நிறைந்த, வசதியான, நல்ல குடும்பத்தில் பெண் எடுக்கவேண்டும். அதுவும், அந்தப் பெண்ணின் தாய், தந்தை இருவரும் உயிருடன் இருக்கவேண்டும். கூந்தல், நகம், பல், கண் மற்றும் காது என்று அந்தப் பெண்ணின் உடல் பாகங்கள் எல்லாம் அழகின் அகராதியாகத் திகழ வேண்டும். உடலில் அதிர்ஷ்டக் குறிகள் இருக்கவேண்டும். மார்பகங்கள் பெரியதாகவும் இல்லாமல் சிறியதாகவும் இல்லாமல், சரியான அளவில் இருக்க வேண்டும். புற அழகு என்று மட்டும் இல்லாமல் அக அழகாக நல்ல குணமும் புத்தியும் இருக்கவேண்டும். ஆரோக்கிய

மானவளாகவும் இருக்கவேண்டும். ஆணை விடப் பெண்ணுக்கு மூன்று வயது குறைவாக இருக்கவேண்டும்.

பெண், அப்படி இருக்கவேண்டும், இப்படி இருக்கவேண்டும் என்று இவ்வளவு குறிப்புகள் சொல்கிறார்கள். ஆண் எப்படி இருக்க வேண்டும் என்றெல்லாம் இலக்கணம், விதிமுறைகள் எதுவும் இல்லையா? ஏன் இல்லாமல்? அழகு, குணம், ஆரோக்கியம் என பெண்ணுக்குச் சொன்னது அனைத்தும் ஆணுக்கும் பொருந்தும்.

மேலே சொன்னதுபோல், ஒரு பெண்ணை அதே இனத்திலிருந்து தேர்ந்தெடுத்து, தர்ம சாஸ்திரங்களில் சொல்லியிருக்கும் விதிகளின் படி மணந்துகொண்டால், அவன் பதினாறும் பெற்று பெருவாழ்வு வாழ்வான்.

ஆணும் பெண்ணும் ஒரே இனம் என்று இருந்தால் மட்டும் போதுமா? போதாது! நம்மைவிடப் பெரியவர்களிடமும் சரி, நம்மைவிடச் சிறியவர்களிடமும் சரி, கோபத்தைக் காட்டக்கூடாது. நம்மைப்போன்ற சரிசமமானவர்களிடம்தான் கோபத்தைக் காட்டவேண்டும் என்று வள்ளுவர் சொல்லியிருப்பதுபோல, பெண் கொடுப்பதும், எடுப்பதும்கூட நமக்கு சரி சமத்தில் இருப்பவர்களுடன்தான் இருக்கவேண்டும்.

நம்மைவிடப் பெரிய இடத்தில் பெண் எடுத்தால், திருமணத்துக்குப் பிறகு பெண்ணுக்கும், பெண்ணின் உறவினர்களுக்கும் மாப்பிள்ளை அடி பணிந்து சேவை செய்ய வேண்டிய நிலை ஏற்படலாம். இதே நம்மைவிட வசதி குறைவான இடத்தில் பெண் எடுத்தால், கணவனுக்கும் கணவன் வீட்டாருக்கும் பெண் அடிபணிய நேரிடலாம்.

இந்த இரண்டு நிலையுமே நல்லதல்ல. இரண்டு குடும்பங்களும் சரி சமமான நிலையில் இருந்து, இரு வீட்டாரும் ஒருவரை ஒருவர் சமமாக மதிக்கவேண்டும். அப்படிப்பட்ட இடத்தில்தான் பெண் கொடுக்கல் வாங்கல் இருக்கவேண்டும்.

திருமணத்துக்குப் பெண் வேண்டும் எனத் தேடுபவர்களுக்கு, எந்தப் பெண், யார் என்று எப்படித் தெரியப்படுத்துவது? பெண்ணைப் பெற்றவர்களுக்குத் திருமணம் செய்துகொடுக்கும் பொறுப்பும் இருக்கிறதே. பூக்கடைக்குத்தான் விளம்பரம் தேவையில்லை. வாசம் மட்டும் போதும். பூவையருக்கு அப்படி இல்லை. 'திருமணச் சந்தையில் எங்கள் பெண் விற்பனைக்குத் தயார்' என்று ஊருக்கெல்லாம் சொல்லியாக வேண்டிய கட்டாயம் இருக்கிறதே. இதையெல்லாம் போஸ்டர் அடித்தா ஒட்ட முடியும்?

ஒவ்வொரு நாளும் மதியம் ஆனவுடன், திருமண வயதில் உள்ள பெண்ணை நன்கு அலங்கரிக்கவேண்டும். அவளின் தோழியருடன் விளையாட்டுப் போட்டிகள், விழாக்கள், பண்டிகைகள், திருமணங் களுக்கு தோழியருடன் அனுப்பி வைக்கவேண்டும். இதன் மூலம் அந்தப் பெண்ணைப்பற்றிய தகவல் ஊரெல்லாம் தீயாகப் பரவும். இப்படிப் பரவினால் நல்ல நாள், நேரம் பார்த்து நான்கு பேர் சுற்றமும் நட்பும் சூழ பெண் கேட்டு வருவார்கள்.

அப்படிப் பெண் பார்க்க வருபவர்களை இன்முகத்துடன் வரவேற்க வேண்டும். வந்தவர்களை உபசரித்து, வந்தவர்கள் பார்த்துப் பிரமிக்கும் அளவுக்கு, பெண்ணை நன்றாக அலங்கரித்துக் காட்ட வேண்டும். இவை எல்லாம் முடிந்த பிறகு, பெண் வீட்டார் சட்டு புட்டென்று எந்த முடிவும் எடுக்கக்கூடாது. உடனே பதிலும் சொல்லக் கூடாது. பெண்ணைக் கொடுப்பதாக முடிவு செய்திருந்தாலும் கூட, 'நேரம் காலம் கூடி வந்தால் எல்லாம் தானாகவே சரியாக நடக்கும்' என்று சொல்லி, காலம் தாழ்த்தித்தான் முடிவைச் சொல்லவேண்டும்.

பெண்ணைப் பெற்றவர்கள் இப்படி இழுக்கிறார்களே என்று மாப்பிள்ளை வீட்டார் வேண்டாம் என்று முடிவு செய்து விடக்கூடாது. நல்ல பெண்ணைத் தேடிக் கண்டுபிடிப்பதே கஷ்டமான சமாச்சாரம். அவளையே திருமணமும் செய்ய வேண்டுமென்றால், அது தேடுவதை விடக் கஷ்டமானது. அதனால், பல்லைக் கடித்துக்கொண்டு பொறுமையாகத்தான் இருக்கவேண்டும்.

ஆயிரம் பொய் சொல்லித்தான் திருமணம் செய்ய முடியும். ஆயிரம் பொய்யையும், பையனைப் பெற்றவர்களே சொல்ல முடியுமா? வாய் வலிக்கும் என்பது வேறு விஷயம். இந்த ஆயிரம் பொய் எல்லாம் சொல்ல, பொதுவான நண்பர்கள், சொந்தக்காரர்கள் எல்லாம் உதவி செய்யவேண்டும். அவர்கள், பெண்ணைப் பெற்றவர்களிடம், மற்ற வரன்களிடம் இருக்கும் குறைகளை எல்லாம் குத்திக் காட்ட வேண்டும். அதே சமயம், இந்த வரனைப்பற்றி மிகவும் நல்லவிதமாக, பரம்பரைப் பெருமைகளை எல்லாம் சொல்லி சம்மதிக்க முயற்சிகள் செய்யவேண்டும். இந்தத் தூபம் எல்லாம் பெண்ணின் அம்மாவிடம் போட்டால் மிக நன்றாக வேலை செய்யும். மேலும், 'உங்கள் குடும்பத்தைவிடப் பெரிய இடங்களில் இருந்தெல்லாம் பையனுக்குச் சம்பந்தம் வருகிறது' என்று சொல்லி பொறாமைத்தீயை வளர்க்கவேண்டும்.

பையன் குடும்பத்து நண்பர்களில் யாராவது ஒருவர் ஜோதிடராக நடிக்கவேண்டும். 'இந்தப் பையன் எதிர்காலத்தில் இன்னும் அதிகமாகச் சம்பாதிப்பான். உங்கள் பெண் வாழ்க்கை நன்றாக

இருக்கும். இப்படியொரு பொருத்தம் இதுவரை இருந்தது இல்லை. பத்துக்கு நூறு பொருத்தம் இருக்கிறது' என்றெல்லாம் பொய்யாகப் புளுகவேண்டும்.

பெண் கொடுப்பது, எடுப்பது எல்லாம் முடிவான பின், அவரவர் சமூகத்தின் அல்லது நாட்டின் வழக்கப்படி அல்லது மணமகனின் விருப்பப்படி, மனு தர்மத்தில் சொல்லியுள்ள நான்கு வகைக் திருமணங்களில் ஒன்றின்படி திருமணம் நடக்கவேண்டும். திருமணம் தான் முடிவாகி விட்டதே என்று, கண்ட நேரத்தில் எல்லாம் திருமணம் செய்துகொள்ளக்கூடாது. நேரம், காலம், நாள், நட்சத்திரம் எல்லாம் பார்த்துத்தான் திருமணம் செய்யவேண்டும்.

எப்படிப்பட்ட பெண்ணைக் கல்யாணம் செய்யவேண்டும், எப்படிச் செய்யவேண்டும் என்றெல்லாம் சொல்லியாகி விட்டது. அதேபோல், எப்படிப்பட்ட பெண்ணை எல்லாம் திருமணம் செய்யக்கூடாது என்றும் சொல்லியாகவேண்டும் அல்லவா? முன்பே வேறு ஒருவருடன் இணைந்துவிட்ட பெண்ணைக் காதலிக்கவேகூடாது. அப்படிப்பட்ட பெண்ணைத் திருமணம் செய்து கொள்வது என்பது மிகவும் தகாத செயல் என்பது கோதகமுகாவின் கருத்து.

சதா சர்வ காலமும் தூங்கிக்கொண்டு இருப்பவள், எதுவொன்றுக்கும் அழுதுகொண்டு இருப்பவள், மற்றவருக்கு நிச்சயிக்கப்பட்ட பெண், திருமணம் நடக்கவிருக்கும் சமயத்தில் வீட்டைவிட்டு ஓடிப் போகும் பெண் இவர்களையெல்லாமும் திருமணம் செய்யக்கூடாது. இவர்கள் மட்டுமல்ல, ஒளித்து வைக்கப்பட்டிருக்கும் பெண், சரியில்லாத பெயர் கொண்டவள், அதுவும் 27 நட்சத்திரங்களில் ஏதாவது ஒரு நட்சத்திரத்தைப் பெயராகக் கொண்டு இருந்தாலும், 'ர்' அல்லது 'ல்' என்று முடியும் பெயர், மரம் அல்லது ஆறுகளின் பெயர் கொண்டவள், மூக்கும் முழியும் சரியில்லாதவள், ஆண் சாயல் கொண்டவள், கூன், வழுக்கைத் தலை, பெரிய நெற்றி, எப்பொழுதும் வியர்வை வழிபவள், அல்லது உடலில் ஏதாவது குறை என்று இருந்தாலும், சுத்த பத்தமாக இல்லாதவள், வயதுக்கு வராதவள், தோழி, இளைய தங்கை இவர்களை எல்லாம் மணம் செய்யக்கூடாது.

'இப்படிப்பட்ட விதிகள் எல்லாம் சரிப்பட்டு வராது. திருமணம் என்பதே இரு மனம் இணைவதுதான். மனத்துக்குப் பிடித்திருந்தால் போதும். வாழ்வில் பரவசம் பொங்கும். அதனால் காதலித்தவளைத் தவிர வேறு யாரையும் கல்யாணம் கட்டக்கூடாது' என்றும் சில ஆசிரியர்கள் கூறுகிறார்கள்.

17. மோகமுள்

கல்யாணம் ஆன பிறகு, முதல் மூன்று நாள்களுக்கு கணவனும் மனைவியும் ஒருவரை ஒருவர் தொடாமல் வெறும் தரையில் தள்ளியே படுக்கவேண்டும். உணவில் உப்பு, காரத்தைத் தவிர்க்க வேண்டும். அதற்கு அடுத்த ஏழு நாள்களுக்கு மங்கல இசை முழங்க குளிக்கவேண்டும். நன்றாக அலங்கரித்துக் கொண்டு இணைந்து உண்ணவேண்டும். கல்யாணத்துக்கு வந்த உறவினர்களை எல்லாம் உபசரிக்கவேண்டும். இந்த விதிமுறைகள் எல்லாம் நான்கு வகை வர்ணங்களுக்கும் பொருந்தும். கல்யாண மான பத்தாம் நாள்தான், தனிமையான இடத்தில் பெண்ணிடம் பரிவாகப் பேசிப் 'பழக' ஆரம்பிக்கவேண்டும்.

பசியை அதிகமாக்க பட்டினி கிடப்பது போல், முதல் மூன்று நாள்களுக்கு பெண்ணிடம் எதுவுமே பேசாமல் இருந்தால் என்ன என்று சில ஆசிரியர்கள் அறிவுரை கூறுகிறார்கள். பாப்ரைவரின் சீடர்களோ, இதெல்லாம் விஷப் பரீட்சை. பசியை அதிகமாக்குகிறேன் பேர்வழி என்று ஆண் பேசாமல் இருந்து,

அந்தப் பெண், 'என்னடா, இவனுக்குப் பசியே எடுக்காது போலிருக்கிறதே!' என்ற முடிவுக்கு வந்து விட்டால், 'சரியான தண்டம் இவன். அந்த வேலைக்கு சரிப்பட்டு வரமாட்டானோ, இல்லை, அவனா இவன்?' என்றெல்லாம் பெண் யோசிக்க ஆரம்பித்து விட்டால், வேறு வினையே வேண்டாம். அதனால் கை சும்மா இருந்தாலும் வாய் சும்மா இருக்காமல் பேசிக்கொண்டாவது மட்டும் இருக்கவேண்டும் என்கிறார்கள்.

சில சமயங்களில் தோழியை உடன் வைத்தும் பேசிக்கொண்டிருக் கலாம். அது போன்ற சமயங்களில், தோழியின் பங்கு மிகவும் முக்கியத்துவம் வாய்ந்ததாக ஆகிவிடுகிறது. மணப்பெண் வெறுமனே வெட்கத்தில் தரையைப் பார்த்துக்கொண்டிருந்தால் மட்டும் போதுமானது. அந்தப் பெண் சொல்ல விரும்பாத, சொல்லத் தயங்கும் விஷயங்களையும் தோழியே சொல்லிவிட்டு, 'இவள்தான் அப்படிச் சொல்லச் சொன்னாள்' என்றும் சொல்லி விடவேண்டும். 'அச்சோ! நான் அப்படியெல்லாம் சொல்லவே இல்லை' என்று அவசர அவசரமாக அந்தப் பெண்ணும், பதில் சொல்லவேண்டும். வெட்கப்படும் புன்னகை ஒன்றை கணவனை நோக்கி வீசவேண்டும்.

வாத்ஸ்யாயனரும், பெண்ணை உடலால் வெற்றிக் கொள்ளும் முன் அவளின் மனத்தையும் நம்பிக்கையையும் வெல்லவேண்டும் என்கிறார். அதற்கு அவசரப்படக்கூடாது. பொறுமையுடன்தான் இருக்கவேண்டும்.

பெண்ணுக்கு மதிப்பும் மரியாதையும் கொடுப்பவனையே அவள் மதிக்கிறாள், விரும்புகிறாள், காதலிக்கவும் செய்கிறாள். பெண்ணின் நாணத்துக்கு மதிப்பு கொடுக்காதவனை மிருகமாகவே கருதுகிறாள். அவளின் விருப்பமில்லாமல், அவளின் மனத்தைப் புரிந்து கொள்ளாமல், அவளின் அனுமதி இல்லாமல், அவளை அடைப வனை பெண் அளவில்லாமல் வெறுக்கிறாள். மனத்தளவில் வெறுத்துப் போகும் அவள், சில சமயங்களில் அவனை வெறுப்பது மட்டுமில்லாமல், ஆண் குலத்தையே வெறுக்கிறாள். சில சமயங் களில் அவள் மனம் மற்றவனை நாடுகிறது.

பெண்ணின் விருப்பத்திற்கு ஏற்றபடி வளைந்து கொடுத்துத்தான், பெண்ணை வசப்படுத்த முடியும், வெல்ல முடியும். ஆனால், அதற்கென்று, மொத்தமாகவும் பெண்ணின் விருப்பப்படியோ அல்லது மொத்தமாக வெறுக்கும்படியோ நடக்கக்கூடாது. சில சமயங்களில் அவளின் விருப்பத்துக்கு ஏற்ற மாதிரியும் சில சமயங்களில் விருப்பத்துக்கு எதிராகவும் நடந்துகொள்ளவேண்டும்.

மெல்லினமான பெண்களை மென்மையாகத்தான் அணுகவேண்டும். இங்கும், வேகம் விவேகமல்ல. வேகத்தோடு பாய்ந்தால், விளையாட்டிலிருந்து விலகி ஓடி விடலாம். சில சமயங்களில், இனி எப்பொழுதும் விளையாடுவதில்லை என்ற முடிவுக்குக்கூட வந்துவிடலாம். அதனால், பூமியை ஆள மட்டும் பொறுமை அவசியமில்லை. பெண்ணை ஆளவும் அடையவும் பொறுமை மிக அவசியம்.

பொறுமைக்கும் எல்லை உண்டு. ஆனால் அந்த எல்லையை எட்டும் முன், பெண்ணின் நம்பிக்கையை நிச்சயம் அடையவேண்டும். முதலில் பெண் மிகவும் விரும்பும் வகையில் அவளைக் கட்டியணைக்கவேண்டும்.

முதலில், உடலின் மேல்பகுதியை மட்டுமே கட்டியணைக்க வேண்டும். ஏன் அப்படி என்றால், அதுதான் எளிதானது, சுலபமானது. அந்தப் பெண் மிகவும் இளம்பெண்ணாக இல்லாமல் இருந்தாலோ அல்லது கொஞ்சம் நன்றாகப் பழகி இருந்தாலோ இதுபோன்ற அணைப்புக்கு எல்லாம் விளக்கை அணைக்க வேண்டியதில்லை. அதிக அறிமுகமும் இல்லை, ரொம்பவும் சின்னப் பெண் என்றால் நிச்சயம் விளக்கை அணைத்தே ஆகவேண்டும்.

எவ்வளவு நேரம்தான் அணைத்துக்கொண்டே இருப்பது. அடுத்த கட்டத்துக்குச் செல்ல வேண்டாமா? தாம்பூலம் அல்லது வெற்றிலையை பெண்ணின் உதட்டருகே கொண்டு செல்ல வேண்டும். வெற்றிலை உதட்டுக்குள் சென்றால் சரி. செல்லா விட்டால், ஆசை வார்த்தைகள் ஏதாவது சொல்லி வெற்றிலையை ஊட்டிவிடவேண்டும். பேச்சு வார்த்தை சரி வரவில்லையென்றால் மண்டியிட்டு விடவேண்டும். எத்தனைதான் வெட்கப்படும் பெண்ணாக இருந்தாலும் சரி, கோபப்படும் பெண்ணாக இருந்தாலும் சரி, மண்டியிட்ட பின் மனம் இளகாத பெண்ணோ, மடங்காத பெண்ணோ கிடையவோ கிடையாது. அட! ஒரு வெற்றிலையை ஊட்டிவிடவா இவ்வளவு உழைக்கவேண்டும். இல்லவே இல்லை. வெற்றிலையை ஊட்டி விடும் சாக்கில் அப்படியே அவன் உதட்டை அவள் உதட்டுக்கு ஊட்டிவிடத்தான். அதுவும் சத்தம் எதுவும் வராமல் ஊட்டி விட்டால் கிடைக்கும் மரியாதையே தனி. உதடும் உதடும் கலந்த பின்னே, சிறிது நேரம் உதட்டுக்கு ஓய்வு கொடுக்கும் வகையில் பேசிக்கொண்டிருக்கவேண்டும். பெண் பேசவில்லை என்றாலும் பேச வைக்கவேண்டும்.

பேச வைப்பதற்காக, அவனுக்கு நன்கு தெரிந்த ஒன்றைப்பற்றியோ அல்லது தெரிந்தும் தெரியாத ஒன்றைப்பற்றியோ கேள்வி

கேட்கவேண்டும். கேட்கப்படும் கேள்விக்கு பதில் சில வார்த்தைகளில் மட்டுமே இருக்கவேண்டும். பதில் வர வில்லை என்றால் வாத்தியார்போல் பயமுறுத்தாமல் மீண்டும் மீண்டும் கேட்டு பதிலைப் பெறவேண்டும். ஏனென்றால் கோதகமுகா சொல்வதுபோல், இந்தப் பெண்கள் எல்லாம் சரியான கள்ளிகள். ஆண்கள் பேசுகின்ற, சொல்கின்ற அனைத்தையும் நன்றாக கேட்டுக்கொண்டுதான் இருப்பார்கள். ஆனால் ஒரு வார்த்தை வாயில் இருந்து பதிலாக வராது.

அவள் வாய் திறந்து பேசாவிட்டாலும்கூட, தலையை மட்டுமாவது ஆட்டி பதில் சொல்லவேண்டும். ஆனால் அவர்கள் இருவருக்கும் இடையில், ஏதாவது சண்டை இருந்தால் தலையைக்கூட ஆட்டக் கூடாது. 'பிடித்திருக்கிறதா?' என்ற அவனின் கேள்விக்குக்கூட, வெகு நேரம் கழித்தே 'ஆம்' என்று அவள் பதில் சொல்லவேண்டும்.

இப்படியெல்லாம் சற்று பேசிப் பழகிய பின்னர், வெற்றிலை, பூமாலை என்று ஏதாவது ஒன்றை பெண்ணிடம் கேட்கவேண்டும். அவனின் பக்கத்தில் வைக்கலாம் அல்லது அவனின் மேலாடையில் அதைச் சொருகி விடலாம். இவ்வாறு செய்யும்போது நகங்களால், அந்தப் பெண்ணின் இளமார்பகங்களை சத்தம் வரும் அளவுக்கு அழுத்தவேண்டும். இதற்கு முரண்டு பிடித்தால், 'என்னைக் கட்டியணைத்தால் இனிமேல் இதுபோல் செய்ய மாட்டேன்' என்று பொய் சொல்லவேண்டும். அந்தப் பொய்யை நம்பி, அவள் மெய் அணைக்கும் போது, அவள் மேனியெங்கும் அந்தக் கைகள் மேலும் பொய் சத்தியம் செய்யவேண்டும்.

அப்படியே அவளை மடி மேல் அமர்த்தி மேலும் மடக்க முயற்சி செய்யவேண்டும். மடங்க மறுத்தால், 'உன் உதட்டிலும் மார்பிலும் என் பற்களும், நகங்களும் முத்திரை பதிக்கும்' என்று மிரட்ட வேண்டும். மேலும், 'நானே என் உடலில் முத்திரை பதித்துக் கொண்டு, உன் உச்சத்தின் மிச்ச எச்சம் இவை' என்று என் நண்பர்களிடம் சொல்லி விடுவேன் என்றெல்லாம் சொல்ல வேண்டும். இவ்வாறு ஒரு குழந்தையிடம் அன்பாகவும் அதட்ட லாகவும் இருப்பதுபோலவே பெண்ணிடமும் நடந்துகொள்ள வேண்டும்.

அடுத்தடுத்து வரும் இரண்டாம் மற்றும் மூன்றாம் இரவுகளில், மேலும் மேலும் முன்னேறவேண்டும். உதடும் விரல்களும் அவள் உடல் எங்கும் உலா வரவேண்டும். மெதுவாக, தொடை மேல் இருக்கும் உடை தேயும் அளவு தேய்த்து விடவேண்டும். இந்த தேய்த்தலில் தேர்ச்சி பெற்றால் மேலே தொடை இணையும்

இடத்துக்கு முன்னேறவேண்டும். முன்னேற்றத்துக்கு முட்டுக் கட்டையாக அவள் கைகளால் முற்றுகையிட்டால், இதில் ஆபத்து இல்லை என்று ஆதரவாக ஆறுதல் சொல்லி அனுமதி பெறவேண்டும்.

அனுமதி பெற்ற பிறகு, அவளுடைய ஒட்டியாணத்துக்கும் உடைக்கும் விடுதலை தரவேண்டும். உடை என்னும் தடை இல்லாமல் தொடையைத் தொடவேண்டும். இவை அனைத்தையும் சாமர்த்தியமாக சமயம் பார்த்துச் செய்யவேண்டும். ஆனாலும், ஆத்திர அவசரத்தில் அணையைத் திறந்து விடாமல் அமைதி காக்கவேண்டும். அறுபத்து நான்கு காதல் கலைகளையும் கற்பிக்கவேண்டும். 'உன் மேல் எனக்கு எவ்வளவு ஆசை தெரியுமா? உன் நினைவுக் கனவுகள் எல்லாம் நனவாகும் என்று நம்பிக்கையாகக் கழித்த நாள்கள்பற்றித் தெரியுமா?' என்று கேட்டு அவற்றைப்பற்றி எல்லாம் கூறவேண்டும். 'தேவனுக்கு விசுவாசமாகவும் நேர்மையாகவும் இருப்பதுபோல் எதிர்காலத்தில் உனக்கும் இருப்பேன்' என்றெல்லாம் உண்மையாக உறுதி கூறவேண்டும். இப்படியெல்லாம் பேசிப் பேசி அச்சம், மடம், நாணம் ஆகியவற்றைப் போக்கவேண்டும். அவை போன பின்னே மிரட்டாமல் சொர்க்கலோகத்தைப் பார்க்கவும், காட்டவும்வேண்டும்.

18. ஒரு காதலன், ஒரு காதலி, அவர்களது காதல்...

நல்ல குணமுள்ள ஏழை மனிதன், அதிக வசதியில்லாத குடும்பத்தில் பிறந்தவன், தாய், தந்தை, சகோதரர்களின் ஆதரவில் வாழ்பவன், இவர்கள் எல்லாம், சிறு வயதிலிருந்தே நன்கு அறிமுகமான பெண்ணைக் காதலித்துத் திருமணம் செய்ய முயற்சிக்கவேண்டும். மாமன் மகள், வேறு ஒருவருக்கு நிச்சயிக்கப்பட்டிருந்தால்கூடப் பரவாயில்லை. பெற்றோரைப் பிரிந்து மாமன் வீட்டில் வாழ்பவன், அந்த மாமன் மகளை மணம் முடிக்கவே முயற்சிக்கவேண்டும். 'அடுத்தவனுக்கு நிச்சயம் செய்தவளை நினைப்பது நியாயமா, தர்மமா?' என்று கேட்கலாம். கேள்வியில் தப்பில்லை. ஆனால் அவனது செயலும் இந்தச் சந்தர்ப்பத்தில் தப்பில்லை. இதனாலெல்லாம் ஒன்றும் தர்மம் செத்துப் போகாது என்கிறார், கோதகமுகா.

ஒரு பெண்ணைக் காதலிக்கத் தொடங்கிய வுடன், அவளுடன் அதிக நேரம்

செலவழிக்கவேண்டும். காதலர்களின் வயதையும், பழக்கத்தையும் பொறுத்து பல்வேறு விளையாட்டுகள் விளையாடலாம். பூப்பறிக்கச் செல்வது, கண்ணாமூச்சி விளையாடுவது, கூழாங்கல் விளையாடுவது, சமையல் செய்யும் விளையாட்டு, சீட்டாட்டம், இதற்கெல்லாம் மேலாக, அப்பா அம்மா விளையாட்டுக்கூட விளையாடலாம். என்ன விளையாட்டாக இருந்தாலும் அது அந்தப் பெண்ணுக்குப் பிடித்திருக்கவேண்டும். அதுதான் முக்கியம். அவளுடன் தனியாக விளையாடுவது என்றில்லாமல், அவளின் தோழியர், தாதியருடன் சேர்ந்து விளையாடும், குழு விளையாட்டுகளையும் விளையாட வேண்டும்.

அந்தப் பெண் மிகவும் நேசிக்கும்/மதிக்கும் பெண்களை எல்லாம் அவனும் மதிக்கவேண்டும். குறிப்பாக அவளுடைய தோழிகளின் நம்பிக்கையையும் நன்மதிப்பையும் பெறவேண்டும். காதலியின் தோழி அவனுக்கு ஆதரவாக இருப்பது மிகவும் முக்கியம். அப்பொழுதுதான் அவன் உள் மனதில் இருக்கும் ஆசைகள் அவளுக்குத் தெரிந்தாலும், அதை அழிக்காமல். அவற்றுக்கு ஆதரவாகச் செயல்படுவாள். அவனைப்பற்றிய மோசமான உண்மை கள் தெரிந்தாலும், அவன் கேட்காமலேயே அவனைப் பற்றிப் புகழ்ந்து பேசுவாள்.

காதலியோடு விளையாடி நேரம் கழிப்பது, அவளுக்கு நெருக்க மானவர்களுக்கு மதிப்பு கொடுப்பது என்று மட்டுமில்லாமல் காதலியை அவ்வப்பொழுது மகிழ்ச்சிப்படுத்தவேண்டும். அவள் விரும்பும் அனைத்தையும் அடைய முயற்சி செய்யவேண்டும். மற்ற பெண்களுக்கு எளிதில் கிடைக்காத, ஏன்? அவர்கள் அறிந்திராத, ஆனால் ஆச்சரியப்படுத்தும் பொருள்களையெல்லாம் காதலிக்குப் பரிசளிக்கவேண்டும். பொம்மைகள், யானைத் தந்தம், கடவுள் சிலைகள், பறவைகள் வளர்ப்பதற்கான கூண்டுகள் போன்றவற்றையும் பரிசாகத் தரலாம். இந்தப் பரிசுகளையெல்லாம் வெவ்வெறு சந்தர்ப்பங்களில், அவளைப் பார்க்கும்போதெல்லாம் கொடுத்து அசத்தவேண்டும். பரிசுகளைப் பொறுத்து சிலவற்றை அந்தரங்கமாகவும், சிலவற்றை எல்லாருக்கும் தெரியும்படியாகவும் கொடுக்கவேண்டும். சுருக்கமாகச் சொல்லவேண்டும் என்றால், அவளின் விருப்பம் எதுவாக இருந்தாலும் நிறைவேற்றி விடுவான் என்ற நம்பிக்கை அவளுக்கு வரவேண்டும்.

இவ்வாறு பரிசெல்லாம் கொடுத்து, 'பச்சக்' என்று மனத்தில் இடம் பிடித்த பின், தனிமையில் அவளை அவ்வப்பொழுது சந்திக்க வேண்டும். சந்திப்பின்போது, அவன், அவளுக்குக் கொடுத்த

பரிசுகளைப்பற்றி பேசவேண்டும். 'உனக்கு அந்தப் பரிசைப் பொதுவில் கொடுத்திருப்பேன். ஆனால், நம் பெற்றோர் ஏதாவது சொல்லி விடுவார்களோ என்ற பயம்தான் காரணம்' என்றெல்லாம் சொல்லவேண்டும். 'உனக்கு அதைக் கொடுக்கவேண்டும் என்று மிகவும் ஆசைப்பட்டேன். அது எங்கும் கிடைக்கவில்லை. மிகவும் கஷ்டப்பட்டு வாங்கினேன். அதற்காக ஏழு மலை ஏழு கடல் கடந்தேன்' என்றெல்லாம் கதை விடவேண்டும். அவளுக்காக மாயஜால வித்தைகள் எல்லாம் செய்து காட்டவேண்டும். அவளின் கலையார்வத்துக்கு ஈடு கொடுத்து நடந்துகொள்ளவேண்டும். சில சமயம் பாடல்கள் பாடி, இசைக்கருவிகள் இசைத்து, சில சமயங்களில் கச்சேரிகள், நாடகங்கள், திருவிழாக்கள், கலைநிகழ்ச்சிகள் இவற்றுக் கெல்லாம் அவளை அழைத்துச் செல்லவேண்டும். இப்படி அழைத்துச் செல்லும்போது அல்லது திரும்பி வரும்போது பூங்கொத்து கொடுக்கலாம். சில சமயம், நகைகளும் பரிசளிக்கலாம்.

முக்கியமாக அவளின் தோழிக்கு அறுபத்து நான்கு கலைகளையும் கற்பிக்கவேண்டும். அந்தச் சாக்கில்தான், இந்த விஷயங்களில் தானொரு கில்லாடி, என்பதையும் அவளுக்குத் தெரிவிக்கவேண்டும். அப்பொழுதுதானே தோழி போய், இவனது காதலியிடம், 'மிகவும் கொடுத்து வைத்தவள் நீ. மச்சான், மஞ்சத்தில் மகா கில்லாடியாம் தெரியுமா?!' என்றெல்லாம் புகழ்ந்து சொல்வாள்.

மிக முக்கியமாக, காதலிக்கும் பெண்ணைப் பார்த்துப் பேசப் பழகச் செல்லும் எல்லாச் சமயங்களிலும், நன்றாக உடை உடுத்திச் செல்ல வேண்டும். பார்க்க மிகவும் அழகாக, லட்சணமாக, கண்கவரும் விதத்தில் இருக்கவேண்டும். ஏன் எதற்கென்று அச்சு பிச்சுத்தனமாக வெல்லாம் கேள்வி கேட்கக்கூடாது. அப்படியெல்லாம் இருந்தால் தான் பெண்களுக்கு மிகவும் பிடிக்கும்.

இப்படியெல்லாம் ஆண்கள் எல்லாவற்றையும் செய்யலாம். ஆனால், அதற்குப் பலன் இருக்கிறதா என்று எப்படித் தெரிந்துகொள்வது? அவளுக்கும் அவன் மேல் காதல் இருக்கிறதா என்று எப்படிப் புரிந்துகொள்வது? அட! முதலில் அவன் தன்னைக் காதலிக்கிறான் என்பதாவது அவளுக்குத் தெரியுமா என்பதையெல்லாம் எப்படித் தெரிந்துகொள்வது?

பெண், அவனின் முகத்தைப் பார்க்கவே மாட்டாள். அவன் அவ்வளவு அசிங்கம் அல்லது பயமுறுத்தும் முகம் என்பதெல்லாம் காரணமல்ல. எல்லாம் காதல்தான் காரணம். அவன் பார்க்கும்போது அவளது கண்கள் தலை குனிந்து தரையைப் பார்க்கும். வெட்கமாம். கால் விரல்கள் கோலம் போடும். அவன் பார்க்காதபொழுதெல்லாம்

அவள், அவனைப் பார்த்துக்கொண்டு இருப்பாள். அவன் ஏதாவது கேள்வி கேட்டால், தலை தானாக மீண்டும் தரையைக் காணும். வாயிலிருந்து வார்த்தை சரியாக வராது. இப்படி அவனைப் பார்க்காமல் பேசாமல் அவனோடு அதிக நேரம் இருக்க விரும்புவாள். அவன் சற்று தூரத்தில் இருந்தால் அவனது கவனத்தை ஈர்க்கும்படியாகப் பேசுவாள், நடந்துகொள்வாள். அவன் இருக்கும் இடத்தைச் சுற்றிச் சுற்றி வருவாள். 'அது எவ்வளவு அழகாக இருக்கிறது? இது எப்படி இருக்கிறது பாரேன்! அன்று என்ன நடந்தது தெரியுமா?' என்றெல்லாம் கதை சொல்லி அவனுடன் காலம் கழிக்க விரும்புவாள். அவனை உசுப்பேற்றும் விதமாக, அவன் முன் வேண்டுமென்றே, அவள் மடியில் இருக்கும் குழந்தையைக் கட்டி அணைப்பாள். முத்தம் கொடுப்பாள். ஒய்யாரமாக நடப்பாள்.

அவனின் நண்பர்களுடன் நெருங்கிப் பழகுவாள். அவனது வேலையாள்களையும் நன்றாக நடத்துவாள். அவர்களையெல்லாம் தன் வேலையாள்கள்போல் மிரட்டி வேலை வாங்குவாள். அவனுடைய வேலையாள்கள், அவனைப்பற்றிச் சொல்லும் கதைகளையெல்லாம் ஆர்வத்துடன் கேட்டுக்கொள்வாள். வாய்ப்பு கிடைக்கும் போதெல்லாம் அவனுடைய வீட்டுக்கு அடிக்கடிச் சென்று வருவாள். அவளின் அணிகலன்களை எல்லாம் அவனுக்காகக் கொடுத்து அனுப்புவாள். அவன் பரிசளிப்பதையெல்லாம் விருப்பத்துடன் அணிந்துகொள்வாள். அவள் அலங்காரம் எதுவும் செய்துகொள்ளாமல் சாதாரணமாகத் தோன்றும் சமயம், மறந்தும்கூட அவன் கண்ணில் பட மாட்டாள். அவளுக்கு அவன் இல்லாமல், வேறு யாரையாவது மாப்பிள்ளை பார்க்கலாம் என்று பேச்சு எழுந்தால், சோகத்தின் மறு உருவமாகி விடுவாள். அது மட்டுமல்ல, அந்த மாப்பிள்ளையைச் சார்ந்தவர்கள் யாராக இருந்தாலும் அவர்களையும் வெறுக்க ஆரம்பித்துவிடுவாள்.

ஒரு ஆண், அவன் நேசிக்கும் பெண், இளம் பெண்ணாக இருந்தால், விளையாட்டுக் காட்டியும்; பெண்ணாக இருந்தால் தனக்கு கலைகளில் இருக்கும் திறமையைக் காட்டியும்; தன்னை விரும்பும் பெண்ணை தோழியர்கள் மூலமும் அடைய முயற்சிக்கவேண்டும். எது, எப்படி இருந்தாலும் யாராக இருந்தாலும், அவனுக்கு அவளைப் பிடித்திருந்தால், அவளுக்கும் அவனைப் பிடித்திருந்து அதை வெளிப்படுத்தினால், அவன் எப்பாடு பட்டாவது அவளுடன் கலந்து கூடி விடவேண்டும்.

19. மயங்குகிறாள் ஒரு மாது

அவள் காதலிக்கிறாள் எனத் தெரிகிறது. அவளுடன் கலந்து கலவி சுகம் காண வேண்டும் என்று ஆவலெழுகிறது. சொல்வது எளிதான காரியம். ஆனால் செயல்படுத்த வேண்டுமே? எப்படி...? எவ்வாறு...?

காதலியுடன் இருக்கும்பொழுது வேண்டு மென்றே அவளின் கைகளை அதிக நேரம் பிடித்திருக்கவேண்டும். பல வகைக் கட்டிப் பிடித்தல்களை, கண்டபடி கடைப்பிடிக்கவேண்டும். தண்ணீரில் விளையாடும்பொழுது, அவள் இருக்கும் இடத்திலிருந்து தூரத்தில் குதித்து, அவளுக்கு அருகில் தோன்றி ஆச்சரியப்படுத்தவேண்டும். அவளுடன் பழக ஆரம்பித்த பின், உலகமே புதிதாகத் தோன்றுவதுபோல் இருக்கிறது என்று சொல்லவேண்டும். இந்த இலை அழகு, மரம் அழகு, செடி கொடி எல்லாமே அழகு என்றெல்லாம் இயற்கையை வர்ணித்துத் தள்ளவேண்டும். அவளைப் பார்க்காத பொழுதில் மனம் வேதனைப்பட்டு, உடல் துரும்பாக இளைத்துப் போனதாகச்

சொல்லவேண்டும். வேண்டுமென்றே அவளைக் கடுப்பேற்ற, கனவில் வேறு பெண்கள் வந்ததாகச் சொல்லவேண்டும்.

பொது இடங்களில், விழாக்களில் எல்லாம் அவளின் அருகில் அமரவேண்டும். ஏதாவது ஒரு சாக்கில் அவளைத் தொட்டுத் தொட்டுப் பேசவேண்டும். கண்ணும் கண்ணும் கலக்கிறதோ இல்லையோ, காலும் காலும் கலக்கவேண்டும். அவள் கால் மீது லேசாகக் காலை வைக்கவேண்டும். பின்பு மெதுவாகக் கால் விரல்களை இடறவேண்டும். கால் நகங்களால் காலை கீறவேண்டும். இதில் வெற்றி அடைந்தால், காலால் காலில் செய்தவற்றை, கையால் செய்யவேண்டும். தண்ணீர் கொண்டுவந்தால் அவற்றை அவள் மேல் தெளித்து விளையாடவேண்டும். இப்படியெல்லாம் செய்து அவள் மேல் அவனுக்குக் காதல் இருக்கிறது என்று குறிப்பால் உணர்த்த வேண்டும்.

அவளருகில் அமர்ந்து பேசும்போதெல்லாம், உன்னிடம் ஒன்றைத் தனிமையில் சொல்லவேண்டும் என்று சொல்லவேண்டும். தனிமையில் சந்திக்க வந்தால் வார்த்தைகளைவிட விரல்களால் அதிகம் பேசவேண்டும். உடல் நிலை சரியில்லை என்று பொய் சொல்லி, அவளை வீட்டுக்கு வரவைக்கவேண்டும். வேண்டுமென்றே அவள் கையைப் பிடித்து 'ஜுரம் இருக்கிறதா பார்' என்று சொல்ல வேண்டும். அவளின் கையை அவனது கண்கள், நெற்றியில் எல்லாம் நீண்ட நேரம் வைத்திருக்கவேண்டும். 'எனக்காக ஏதாவது செய்து கொடு' என்று கேட்கவேண்டும். 'அதுவும், நீயேதான் செய்து தரவேண்டும். உன் கையால் தான் மருந்து சாப்பிடுவேன்' என்றெல்லாம் சொல்லவேண்டும்.

அவள், 'வீட்டில் என்னைத் தேடுவார்கள். கிளம்பிப் போகிறேன்' என்று சொன்னால், 'போகாதே' என்று சொல்லாமல், 'மீண்டும் எப்பொழுது வருவாய்?' என்று கேட்கவேண்டும். இவ்வாறே மூன்று நாள்கள், மூன்று இரவுகளுக்கு உடல் நிலை சரியில்லாததுபோல் நடிக்கவேண்டும். அவ்வப்பொழுது அவள் வந்து போக ஆரம்பித்த பின் அவளுடன் நீண்ட நேரம் பேசிப் பொழுதைக் கழிக்கவேண்டும். என்னதான் காதலித்தாலும் எவ்வளவு அன்பு காட்டினாலும் சரி, அதிகம் பேசாமல் பெண்ணை வெல்லவே முடியாது என்கிறார் கோதகமுகா.

அவள் நம்மவள், என்ற நம்பிக்கை வந்த பின், அவளுடன் ஆனந்தமாக இருக்க ஆரம்பிக்கவேண்டும்.

இதையெல்லாம் தானே தனியாக செய்து முடிக்க முடியவில்லையா? அவ்வளவு சாமர்த்தியம் இல்லையா? கவலைப் படத் தேவை

யில்லை. இது மாதிரி சமயங்களில், மற்றவர்களிடம் உதவி கேட்பதில் தவறில்லை. அவளுடைய தாதியின் மகள் அல்லது நம்பிக்கைக்குரிய தோழியுடன் நட்பை வளர்க்கவேண்டும். அந்தத் தோழியின் உதவியுடன், காதலியைத் தனிமையில் வரவழைத்து காதல் தீயை வளர்க்கவேண்டும். அவளின் விருப்பத்தை வெளிப்படையாக அறிந்த பின், அவள் தனிமையாக இருக்கும்போது அவளின் ஜோதியில் ஐக்கியமாக முயற்சிக்கவேண்டும்.

பெண்ணுடன் தனியாக இருட்டினில் இருக்கும்போதுதான் காதல் செய்யவேண்டும். ஆனால், இருள் அதிகரிக்க அதிகரிக்க பெண்ணின் பிடிவாதம் குறையும். அதனால், மாலை மற்றும் இரவு நேரங்களில் தான் பெண்ணுடன் கூடவேண்டும், கொண்டாடவேண்டும் என்பதெல்லாம் வெறும் பேச்சுதான்.

சரியான நேரத்தில், சரியான இடத்தில், சரியான முறையில் அணுகும் காதலனுடன், காதலி கூடிக் கலப்பாளே தவிர, கைவிட்டுத் தவிக்க விட மாட்டாள் என்கிறார் வாத்ஸ்யாயனர்.

ஆண்தான் பெண்ணை விரும்பவேண்டும். ஆண்தான் பெண்ணை அடைய முயற்சிக்கவேண்டும் என்றில்லை. பெண்ணும் ஆணின் மீது ஆசை வைக்கலாம்.

நல்ல குடும்பத்தில் பிறந்து, நல்ல முறையில் வளர்க்கப்பட்ட நல்ல பெண்ணை, அவளின் வறுமை காரணமாக யாரும் விரும்பாமல் போகலாம். பெற்றோர் இல்லாதவளோ அல்லது அவர்கள் ஆதரவில்லாத பெண்ணோ, ஒழுக்கமாக வாழ்ந்து வருகிறாள் என்றால், அவளின் கணவனை அவளே தேர்ந்தெடுக்கலாம். அதற்கான முயற்சிகளிலும் அவள் தயங்காமல் இறங்கலாம்.

அப்படி அவள் தேர்ந்தெடுக்கும் ஆண், வலிமையானவனாக, அழகானவனாக, அவள் மேல் அன்பும் இரக்கமும் கொண்டவனாக, அவனின் பெற்றோர் எதிர்த்தாலும் அவளை மணமுடிக்கும் மன உறுதி கொண்டவனாக இருக்கவேண்டும். அவனை அடிக்கடி தனிமையில் சந்திக்கவேண்டும். அதற்கு அவளின் தாயாரும் உதவி செய்ய வேண்டும். அவனோடு தனியாக இருக்கும்படியாக அந்தப் பெண்ணே பார்த்துக்கொள்ளவேண்டும்.

அவனுக்கு அடிக்கடி மலர்கள், வெற்றிலை, திரவியம் என்று பரிசளிக்கவேண்டும். அவளுக்கு கலைகளில் திறமை இருக்கிறது என்பதை அவனுக்கு உணர்த்தவேண்டும். அவனுக்கு மிகவும் பிடித்த விஷயங்களைப் பற்றியெல்லாம் அவனுடன் சிறப்பாக

உரையாடவேண்டும். ஒரு பெண்ணின் மனத்தை எவ்வாறு வெல்லலாம் என்றெல்லாம் பேசவேண்டும்.

அதே சமயம், அவளுக்கு அவன்மேல் எவ்வளவு ஆசை இருந்தாலும், அவனுடன் ஆனந்தம் அடைய முதல் முயற்சியை அவள் எடுக்கவே கூடாது என்றும் சில குருக்கள் சொல்கிறார்கள். ஏனெனில், முதல் அடியை அவள் எடுத்து வைத்தால், அவளைப்பற்றி தப்பான அபிப்ராயம் வந்து விடும் வாய்ப்பு இருக்கிறது. மேலும், வலிய வருவதை அவன் வேண்டாம் என்று சொல்லி விலகிவிட்டால் அதைவிட அவமானம் எதுவும் இல்லை.

அதுவே காதலன், அவளுடன் ஆனந்தம் அடைய விரும்பி, அவளை அணைத்தால், அலறியடித்து ஓடிவிடக்கூடாது. அப்பாவிபோல் எதுவும் தெரியாதது, புரியாததுபோல் நடந்துகொள்ளவேண்டும். முத்தமிட முயன்றால் முரண்டு பிடிக்கவேண்டும். கூடலாம் என்று எவ்வளவுதான் கெஞ்சிக்கேட்டாலும், போனால் போகட்டும் பார்த்துக்கொள் என்று தரிசனம் தரலாம். அவ்வளவுதான். அவளுக்கும் இன்பம் அடைவதில் விருப்பம் இருந்தாலும், அவள் விட்டுக் கொடுக்கக்கூடாது. விட்டுப் பிடிக்கவேண்டும்.

அவன், அவள் மேல் வைத்திருக்கும் அன்பு உண்மையானதுதான். மனம் மாற மாட்டான் என்று மனத்தில் உறுதி வந்த பிறகே, மஞ்சத்தில் மயங்கவேண்டும். மயங்கி தன்னையே தந்த பிறகு, 'மணம் செய்து கொள்... மணம் செய்துகொள்' என்று கேட்டுக்கொண்டே இருக்க வேண்டும். தன்னை அவனிடம் இழந்துவிட்டதைப்பற்றி நெருங்கிய தோழிகளிடம் சொல்லி விடவேண்டும். இவ்வாறெல்லாம், ஒரு பெண்ணும் ஆணை வெல்லலாம்.

ஒரு பெண்ணை, பலரும் விரும்பினாலும், அவள் யாரை விரும்பு கிறாளோ அவனையே மணக்கவேண்டும். அவள் விரும்புகிறவன், அப்பெண்ணை மதித்து மகிழ்ச்சியாக வைத்துக்கொள்பவனாக இருக்க வேண்டும். ஆனால், இதற்கு மாறாக ஒருவன் வசதியாக இருக்கிறான் என்பதற்காக, அவனுக்கு முன்பே மணமாகி, பல மனைவிகள் இருந்தாலும், பணக்காரன் என்று சொல்லி, பெண்ணின் விருப்பத்துக்கு மாறாக பெற்றோர்கள் திருமணம் செய்து வைக்கக் கூடாது. அப்படிச் செய்தால், என்னதான் அவன் நல்லவனாக, வலிமையானவனாக, அழகானவனாக, ஆரோக்கியமானவனாக, அவள் விருப்பத்தின்படி எல்லாம் நடந்துகொண்டாலும், அவனுடன் அவள் நெருக்கமாக இருக்க மாட்டாள்.

கணவன் பணக்காரனாக, பேரழகனாகவே இருந்தாலும், ஆடம்பர மான, சுகமாக வாழ்க்கையை அனுபவித்து வந்தாலும்கூட, அவனது

பல மனைவிகளில் ஒருவராக வாழ்வதை, பெண்கள் விரும்புவதில்லை. அவர்கள் மனம், வேறு ஒருவனை விரும்பத் தொடங்கிவிடும். அதனால், அழகான பல மனைவிகள் இருக்கும் பணக்காரனை மணப்பதைவிட, ஏழையாக இருந்தாலும், அழகில்லை என்றாலும், நல்ல குணம் மட்டும் இருப்பவனுக்கு ஒரே மனைவியாக இருப்பது சிறந்தது, அதுவே மிகவும் நல்லது.

கீழ்த்தரமானவன், சமூகத்தில் அந்தஸ்தில்லாதவன், நல்ல பெயர் இல்லாதவன், தேசாந்திரியாகச் சுற்றுபவன், சூதாடி, முன்பே பல மனைவிகள், பல குழந்தைகள் என்றிருப்பவன், அவனுக்கு வேண்டுமென்று தோன்றும்போது மட்டுமே மனைவியை நெருங்குபவன் போன்றவர்களுக்கெல்லாம் கல்யாணம் செய்யும் தகுதி, அருகதை யெல்லாம் கிடையவே கிடையாது என்கிறார் வாத்ஸ்யாயனர்.

என்னதான் ஒரு பெண்ணை பலர் நேசித்தாலும், காதலித்தாலும், அவள் விரும்பும் குணம் யாரிடம் இருக்கிறதோ, அவனால்தான் அவளை அடைய முடியும், ஆள முடியும். ஏன் என்றால் அவன்தான் அவளின் காதல் கணவன்.

20. காந்தர்வ விவாகம்

ஒரு பெண், தான் நேசிப்பவனை அடிக்கடி சந்திக்க முடியவில்லை என்றால், அவளின் நம்பிக்கைக்குரிய தோழியை காதலனிடம் அனுப்பி வைக்க வேண்டும். அப்படி அனுப்பப்படும் தோழி, தலைவி அனுப்பி வந்ததுபோல இல்லாமல், ஏதோ தானே யதேச்சையாக அவனைப் பார்க்க வந்ததுபோல் நடந்துகொள்ளவேண்டும். 'என்ன அழகு, என்ன அறிவு, என்ன திறமை, நல்ல குடும்பத்தில் பிறந்த சிறந்த குணவதி என் தோழி' என்றெல்லாம் அந்தத் தோழி காதலனிடத்தில் அவனது காதலியைப் பற்றி சரமாரியாகப் புகழ்ந்து தள்ள வேண்டும். அதேபோல் மீண்டும் தலைவி யிடம் சென்ற பின்னர், அவளுக்குப் பிடிக்கும் வகையில், அவளது காதலனைப் பற்றிப் புகழ்ந்து தள்ளவேண்டும். தலைவிமீது விருப்பம் கொண்டிருக்கும் மற்ற ஆண்களைப்பற்றி தவறாகப் பேச வேண்டும். 'காதல் மிகவும் புனிதமானது. இதன் முன் பெற்றவர்கள், உறவினர்கள் யாரும் முக்கியமில்லை' என்றெல்லாம் உபதேசிக்கவேண்டும். பெரிய குடும்பம்

என்று பெற்றவர்கள் பார்த்துச் செய்துவைத்த திருமணங்கள்கூட தாறுமாறாகப் போனதைப்பற்றியெல்லாம் சொல்லி, பற்ற வைக்கவேண்டும் அதற்குப் பதிலாக, விருப்பப்பட்டு காதலித்து திருமணம் செய்துகொண்டவர்கள், எவ்வளவு குதூகலத்துடன் வாழ்ந்தார்கள், வாழ்கிறார்கள் என்றெல்லாம் சொல்லி, காதல் தீயை வளர்க்கவேண்டும்.

அவன், அவள் மேல் வைத்திருக்கும் அன்பு, ஆசை, அவனின் ஒழுக்கம், கற்பு பற்றி எல்லாம் எடுத்துச் சொல்லவேண்டும். மேலும் அவள் விரும்புவனையே மணந்தால், அதனால் வரும் மகிழ்ச்சி, நிம்மதி, அதிர்ஷ்டம்பற்றியெல்லாம் எடுத்துச் சொல்லி நம்பிக்கை ஊட்டவேண்டும். அவனுடைய காதல் மேல் சந்தேகம் வந்தால், எதிர்காலம் பற்றியோ, பின்விளைவுகள்பற்றியோ பயம் வந்தால் அவற்றை எல்லாம் பறந்தோடச் செய்யவேண்டும். சுருக்கமாகச் சொல்ல வேண்டுமென்றால், அவனின் காதலுக்கு தோழியே தூது செல்லவேண்டும். அவனின் புகழ் பாடவேண்டும். அவனின் கொள்கை பரப்புச் செயலாளராகவே நடந்துகொள்ளவேண்டும்.

எதிர்பாராமல், யாருக்கும் தெரியாமல் அவளை அவன் தூக்கிச் சென்றாலும் தவறில்லை என்று தூபம் போடவேண்டும். எப்பொழுது அவன் வந்து தூக்கிச் செல்வான் என்று அவள் எதிர்பார்க்கும்படி அவளைத் தயார்படுத்தி வைக்கவேண்டும்.

ஆண், தான் ஆசைப்பட்ட பெண்ணை அடைந்த பின், அவள் அவனின் மனைவிபோல் வெளிப்படையாக நடந்துகொள்ள ஆரம்பித்தால், அவன் அவளை முறையாக மணம் செய்துகொள்ள வேண்டும். தர்ப்பைப் புல்லை தரையில் விரித்து அதன் மேல் அமர்ந்து, பிராமணனின் வீட்டிலிருந்து கொண்டுவரப்பட்ட தீயால் யாகம் வளர்க்கவேண்டும். யாக குண்டத்து அக்னிக்கு அர்ப்பணம் செய்த பின், வேதத்தில் சொல்லியிருக்கும் விதியின்படி அவளை மணக்கவேண்டும். மணந்த பின் அவனின் பெற்றோருக்கு திருமணத்தைப்பற்றித் தைரியமாகத் தெரிவிக்கவேண்டும். பயப்பட ஒன்றுமில்லை. ஏனெனில் அக்னியை சாட்சியாக வைத்துச் செய்த திருமணம் செல்லாது என்று யாரும், எங்கும், எப்பொழுதும் தீர்ப்பு சொல்லி விட முடியாது.

பெற்றவர்களுக்குச் சொல்லிய பிறகு, மெதுவாக கொஞ்சம் கொஞ்சமாக அவனுடைய உறவினர்கள், பிறகு, அவளுடைய உறவினர்களுக்கெல்லாம் திருமணம் எவ்வாறு நடந்து முடிந்தது என்பதைத் தெரிவிக்கவேண்டும். இரு வீட்டாரும் பரிசுகள் பறிமாறிக் கொண்டு, ஒருவரையொருவர் மதிப்பதன் மூலம், சண்டைகளின்றிச்

சமாதானமாகி விடலாம். இப்படி திருமணம் செய்துகொள்வது காந்தர்வ விவாகம் எனப்படும்.

இதுவே, அந்தப் பெண், குழப்பமில்லாமல், ஒரு தெளிவான முடிவெடுக்க முடியாமல், முடிவையும் தெரிவிக்க முடியாமல் தயங்கினால், அந்தப் பெண்ணைத் தூக்குவதைத் தவிர வேறு வழியில்லை. தூக்குவது என்று முடிவு செய்தாலும் அதிலும் ஒரு தர்மம், நியாயம் அனைத்தையும் பின்பற்றவேண்டும். பின்வரும் வழிகளில் ஏதாவது ஒன்றைத்தான் பின்பற்றவேண்டும். அதுவும் கொடுக்கப்பட்டிருக்கும் வரிசை மிக முக்கியமானது. ஏனெனில் தர்மத்தையும் நியாயத்தையும் மனத்தில் வைத்து வகுக்கப்பட்ட வரிசை.

தோழியின் உதவிகொண்டு அவளை அவன் வீட்டுக்கு வரவழைத்து, திருமணம் செய்துகொள்ளலாம்.

வேறு ஒருவனுடன் அவளுக்குத் திருமணம் நிச்சயிக்கப்பட்டிருக்கிறது. திருமண நாளும் நெருங்கிக்கொண்டிருக்கிறது என்றால், நிச்சயிக்கப் பட்டவனைப்பற்றி பெண்ணின் தாயாரிடம் கண்டபடி பற்றவைக்க வேண்டும். பிறகு, தாயாரின் சம்மதத்துடன் அவளை அவன் வீட்டுக்கு வரவழைத்து மணக்கலாம்.

தாயார், தோழி இவர்கள் எல்லாம் வேலைக்கு ஆக மாட்டார்களா? பரவாயில்லை! அவளது அண்ணன், தம்பி, அவளின் சகோதரர்கள் வழிக்கு வருவார்களா என்று பார்க்கவேண்டும். அந்த அண்ணன், தம்பிக்கு கணிகைகளை அறிமுகப்படுத்துவது, மற்றவர்களின் மனைவியை அறிமுகப்படுத்துவது போன்ற உதவிகளைச் செய்ய வேண்டும். அவ்வப்போது அவனுக்குப் பரிசுகள் கொடுக்கவேண்டும். பின்பு அவனிடம் அவனுடைய சகோதரிமேல் தனக்கிருக்கும் காதலைச் சொல்லவேண்டும். இப்படி, அவனின் உதவியோடு அவளை மணக்கலாம்.

அவசரமான உலகம். அண்ணன் தம்பியும் உதவ மாட்டார்கள் என்றால், தோழியிடம் சொல்லி, பண்டிகைக் காலங்களில் அவள் சாப்பாட்டில் மயக்க மருந்தைக் கலந்து விடவேண்டும். மயங்கியவளுடன் மஞ்சத்தில் மகிழ்ச்சியாக இருந்துவிட்டு மணந்து கொள்ளவேண்டும்.

மயக்க மருந்து கலப்பது என்றெல்லாம் கஷ்டப்படத் தேவையில்லை. தூங்கும்போதுகூட, தோழியின் உதவியுடன் தூக்கி வந்து விடலாம். தூக்கம் கலையும் முன் அவளுடன் கூடிவிடலாம். பின் திருமணம் செய்துகொள்ளலாம்.

இதெல்லாம் சரிவராதா? சரி! பக்கத்து ஊர், பூங்கா, கடைத்தெரு என்று அவள் எங்காவது சென்றுகொண்டிருக்கும்போது அவளுடன் பாதுகாப்புக்கு வருபவர்களைக் கொன்றுவிட்டு, அவளைக் கடத்தி வந்து கட்டாயத் திருமணம் செய்துகொள்ளலாம்.

இப்படி, எந்த முறையில் திருமணம் செய்தாலும் சரி, மிக முக்கியமானது, மேலே சொன்னதுபோல் பிராமணன் வீட்டில் இருந்து தீயைக் கொண்டுவந்து அக்னி சாட்சியாகத்தான் திருமணம் நடக்கவேண்டும். இது மிகவும் முக்கியம்.

இப்படியெல்லாம் காந்தர்வ திருமணம் செய்துகொள்ளலாமா? இதெல்லாம் கேவலமானது இல்லையா என்றால், இல்லவே இல்லை. காரணம் அனைத்துக் கல்யாணங்களுக்கும் அடிப்படை காதலே. காந்தர்வ விவாகமும் இதற்கு விதிவிலக்கல்ல. காதலின் காரணமாகவே காந்தர்வ முறையில் கல்யாணம் நடக்கிறது. மேலும் இதற்கு ஏன் இவ்வளவு மரியாதை என்றால், இப்படித் திருமணம் செய்துகொண்டவர்களும் மகிழ்ச்சியாகத்தான் இருக்கப்போகிறார்கள். அதனால் காந்தர்வத்தினால் கவலைப்படத் தேவையில்லை. மிகவும் முக்கியமானது, இருக்கும் கல்யாண வகைகளிலேயே காந்தர்வ திருமணம்தான் எளிமையானது, சுலபமானது. ஏனென்றால் அதில்தான், இப்படிச் செய்யவேண்டும் அப்படிச் செய்யவேண்டும் என்ற பிக்கல் பிடுங்கல் ஏதும் கிடையாது.

21. புருஷன் வீட்டில் வாழப் போகும் பெண்ணே...

கற்புக்கரசியர்கள், கணவனைக் கண்கண்ட தெய்வமாக மதிக்க வேண்டும். கணவரின் விருப்பப்படியே குடும்பத்தைக் கட்டி காக்கவேண்டும், தரையைப் பளிங்குபோல் துடைத்து, மொத்த வீட்டையும் சுத்தமாக வைத்திருக்கவேண்டும், வீட்டைச் சுற்றி பூங்கா அமைத்து, வீட்டை பூக்களால் அலங்கரித்து, மூன்றுவேளை பூஜை களுக்குத் தேவையான பொருள்களை எல்லாம் ஓர் இடத்தில் வைத்து, வீட்டில் இருக்கும் தேவதைகளையெல்லாம் வணங்கவேண்டும். இதையெல்லாம் கண்ணும் கருத்துமாகச் செய்வதைவிட வேறு எதுவும் கணவனைக் கவர்வ தில்லை என்று கோணர்தியா சொல்கிறார்.

கணவனின் பெற்றோர், தங்கைகள், உறவினர்கள், நண்பர்கள், வேலையாள் கள் அனைவரையும் அவர்களது தராதரத்துக்கு ஏற்றவாறு நடத்த வேண்டும். வீட்டைச் சுற்றி அமைத்திருக்கும் பூங்காவில், பூக்கள்,

வாசனைச் செடிகள், வீட்டுக்குத் தேவையான பொருள்கள் எல்லாம் இருக்குமாறு பார்த்துக்கொள்ளவேண்டும். பூங்காவில் உட்கார இடமும், நடுவில் கிணறு அல்லது குளம் இருக்கும்படி அமைத்துக் கொள்ளவேண்டும்.

மனைவியானவள், பெண் பிச்சைக்காரர்கள், பெண் சாமியார்கள், குறி சொல்லும் சாமியார்கள், சூனியக்காரிகள், கற்பில்லாத பெண்கள் ஆகியவர்களிடமிருந்து விலகியே இருக்கவேண்டும். கணவனுக்கு என்ன சாப்பாடு பிடிக்கும், எது பிடிக்காது, எது ஒத்துக்கொள்ளாது என்பதையெல்லாம் அறிந்துவைத்திருக்கவேண்டும். வெளியே சென்றுவிட்டு வீட்டுக்குத் திரும்பிவரும் கணவனின் காலடி ஓசை வாசலில் கேட்கும்போதே அவனை வரவேற்கத் தயாராகி விடவேண்டும். வீட்டுக்கு வரும் கணவனின் கால் பாதங்களை, அவள் அல்லது அவளின் வேலையாள் மூலமாகக் கழுவி விடவேண்டும். நகைகள் எல்லாம் அணிந்து, அலங்காரமாகக் கணவனுடன் வெளியில் எங்காவது நிகழ்ச்சிகளுக்குச் செல்லும்போது, அங்கே தனது பெண் தோழிகளுடன் உட்காருவதற்குக்கூட கணவனின் அனுமதி பெறவேண்டும். கணவனின் அனுமதியின்றி யாரையும் வீட்டுக்கு அழைக்கவும்கூடாது. யார் வீட்டுக்குச் செல்வதற்கும் ஒப்புக்கொள்ளவும் கூடாது. அவ்வளவு ஏன்? கோயிலுக்குக் கூட அவனைக் கேட்காமல் போகக்கூடாது. கணவனைக் கேட்காமல் எதுவும் செய்யக்கூடாது. அவன் உட்கார்ந்த பிறகே உட்காரவேண்டும். அவன் எழும் முன் எழுந்து நிற்க வேண்டும். தூக்கத்தில் அவனைத் தொந்தரவு செய்யக்கூடாது. சமையலறை சுத்தமாகவும், அந்நியர்களுக்கு அந்நியமாகவும் இருக்கவேண்டும்.

தெரிந்தோ தெரியாமலோ, கணவன் ஏதாவது தவறு செய்தாலும், அதனால் கோபம் வந்தாலும், கணவனை கண் மண் தெரியாமல் திட்டக்கூடாது. கொஞ்சமாக திட்டிக்கொள்ளலாம். மிக முக்கியமாக, எப்பொழுது பார்த்தாலும் குற்றம் குறை சொல்லிக் கொண்டிருக்கக் கூடாது. குற்றம் குறை சொல்வதென்பது கடுப்பேற்றுவதைப் போன்றது. ஒரு கணவனை, வேறு எதுவும் இந்த அளவுக்கு எரிச்சல் அடையச் செய்வது இல்லை என்று கோணர்தியா சொல்கிறார். முக்கியமாக, முகத்தைத் தூக்கி வைத்துக்கொள்வது, புறம் பேசுவது, வாசற்படியில் நின்றுகொண்டு வேடிக்கை பார்ப்பது, நீண்ட நேரம் தனியாக இருப்பது போன்ற செயல்கள் எல்லாம் கூடவேகூடாது என்கிறார் வாத்ஸ்யாயனர் .

ஒரு பெண், எப்பொழுதும் தனது உடல், தலைமுடி, பல் என்று அனைத்தையும் தூய்மையாகவும் சுத்தமாகவும் வைத்துக்கொள்ள

வேண்டும். கணவனுடன் உறவு கொள்ள படுக்கையறைக்குச் செல்லும் போது, மனத்தைக் கவரும்படியாக ஆடை அணிகலன்களால் அலங்காரம் செய்துகொள்ளவேண்டும். பூக்களின் வாசனையும், வாசனை திரவியங்களின் வாசனையையும் ஆளைத் தூக்கவேண்டும். மற்ற சமயங்களில் மிக எளிமையாக இருக்கவேண்டும். கணவனின் நலன் கருதி விரதங்கள் இருக்கவேண்டும். 'விரதமா? வேண்டாத வேலை' என்று கணவன் கட்டுப்பாடு போட்டாலும், சூசாமி கண்ணைக் குத்தி விடும்' என்றெல்லாம் சொல்லி, கடவுள் போன்ற கணவனிடம் அனுமதி பெற்று, கடவுளுக்காக வேண்டுதல்கள் நிறைவேற்றவேண்டும். வீட்டில் குடும்பம் நடத்தத் தேவையான அனைத்துப் பொருள்களையும் விலை குறைவாக இருக்கும் சமயத்தில் வேண்டிய அளவு வாங்கி வைத்துக்கொள்ளவேண்டும்.

குடும்பத்தில் எவ்வளவு காசு, பணம் உள்ளது, சொத்துபத்து இருக்கிறது என்பதையெல்லாம் வெளியில் யாரிடமும் சொல்லக் கூடாது. முக்கியமாக, கணவன் அவளை நம்பிச் சொல்லும் ரகசியங்கள்பற்றி, வெளியில் மூச்சு விடக்கூடாது. அறிவில், அழகில், சமையல் செய்வதில், கணவனை கவனித்துக் கொள்வதில், அவன் மேல் பாசம் வைப்பதில் மற்ற பெண்களை மிஞ்சவேண்டும். வருமானத்துக்குள் செலவு செய்து சேமிக்கவேண்டும். மிச்சமாகும் பாலை வீணாக்காமல் வெண்ணெய்யாகவும், நெய்யாகவும் மாற்ற வேண்டும். சர்க்கரை, எண்ணெய் போன்றவற்றை வீட்டிலேயே தயாரிக்கவேண்டும். வீட்டுக்குத் தேவையான விறகு, கயிறு எல்லாம் சேமித்து வைக்கவேண்டும். அரிசி குத்தல், அரிசி சுத்தம் செய்தல், வேலையாள்களுக்குச் சம்பளம் கொடுப்பது, நிலபுலன்களைப் பராமரிப்பது, ஆடுமாடுகளைப் பார்த்துக் கொள்ளுதல், மராமத்து வேலைகளை மேற்பார்வையிடுதல், வீட்டின் வரவு செலவு கணக்கு வழக்குகளைச் சரி வரப் பார்ப்பது என்று நாட்டாமையாகவும் இருக்கவேண்டும். பழைய துணிகளை, வேலையாள்களுக்கு அவர்கள் செய்த வேலையைப் பொறுத்து தானமாகக் கொடுத்துவிடவேண்டும். சாமான்களை சுத்த பத்தமாக வைத்துக்கொள்ளவேண்டும்.

கணவனின் நண்பர்களைச் சரியான முறையில் வரவேற்று உபசரிக்க வேண்டும். மாமனார் மாமியாரை நன்றாகப் பார்த்துக் கொள்ள வேண்டும். அவர்கள் விருப்பத்துக்கு மாறாக நடந்துகொள்ளக்கூடாது. அவர்களை கடிந்துகொள்ளக்கூடாது. அவர்களை எதிர்த்துப் பேசக்கூடாது. அவர்கள் எதிரே சத்தமாக சிரிக்கக்கூடாது. அவர்களின் நண்பர்களை தன் நண்பர்களாகவும் அவர்களின் எதிரிகளை தன் எதிரிகளாகவும் கருதவேண்டும். விடுமுறை கொடுப்பது, பண்டிகை சமயங்களில் பரிசு கொடுப்பது என்று வேலையாள்களைச் சரிவர

நடத்தவேண்டும். ஆனால் இதையெல்லாம் கணவனுக்கு தெரிவித்து விட்டே செய்யவேண்டும். ஒரு கற்புக்கரசி என்றால் இப்படித்தான் வாழவேண்டும்.

கணவன் ஊரில் இல்லாத சமயம், புனித ஆபரணமான தாலியை மட்டும்தான் அவள் அணியவேண்டும். பயணம் மேற்கொண்டிருக்கும் கணவனின் பாதுகாப்பு கருதி, விரதம் இருக்கவேண்டும். வீட்டிலிருக்கும் வயதான பெண்களின் பக்கத்தில்தான் உறங்க வேண்டும்.

கணவனின் வருகையை எதிர் நோக்கிக் காத்திருக்கவேண்டும். அவர் இருந்திருந்தால் என்ன காரியம் எல்லாம் நடந்திருக்குமோ அதை எல்லாம் முன் நின்று நடத்தவேண்டும். மிக முக்கியமான, நல்லது கெட்டதுமான சமாச்சாரங்களுக்கு மட்டும்தான் உறவினர் வீட்டுக்குச் செல்லவேண்டும். அதுவும் கணவனின் வேலையாள்கள் உடன்தான் செல்லவேண்டும். அங்கும் நீண்ட நேரம் தங்கக்கூடாது. வீட்டின் பெரியவர்கள் அனுமதி பெற்றுத்தான் விருந்து உபசாரம் எல்லாம் நடக்கவேண்டும். செலவைக் குறைத்து வருமானத்தைப் பெருக்க வேண்டும். கணவன் இல்லாதபோது எவ்வளவு எளிமையாக வருத்தத்தில் இருந்தோம் என்பதைக் காட்ட, பயணம் முடிந்து வீட்டுக்குத் திரும்பி வரும் கணவனை எளிமையான உடையில் வரவேற்கவேண்டும். அவனுக்குச் சில பரிசுப் பொருள்களையும் கொடுக்கவேண்டும்.

மனைவியானவள், நல்ல குடும்பத்தில் பிறந்த பெண்ணாக இருந்தாலும் சரி, கன்னி விதவையானவளாகவோ, மறுமணம் புரிந்தவளாகவோ இல்லை ஆசைநாயகியாக இருந்தாலும்கூட கணவனுக்கு நியாயமானவளாக, நேர்மையானவளாகக் கற்புடன் நடந்துகொள்ளவேண்டும். அப்படி நடந்துகொள்ளும் பெண் தர்மம், அர்த்தா, காமம் என மூன்றினாலும் ஆசீர்வதிக்கப்பட்டு உயர்நிலை அடைவாள். கணவனும் அவள்மீது பாசமும் நேசமும் கொண்டிருப்பான்.

22. பாமா, ருக்மிணி மற்றும் பலர்

ஒரு பெண் எப்பொழுதும் கடுகடு என்று இருந்தாலோ அல்லது கணவனுக்கு அவளைக் கண்டாலே வெறுப்பாக இருந்தாலோ, பிள்ளை பெற்றுத் தர இயலவில்லை என்றாலோ, அதுவும் அவளுக்கு ஆண்பிள்ளை பிறக்கவே இல்லை என்றாலோ, கணவனின் வேறு குறைகள் காரணமாகவோ அவன் மறு மணம் செய்துகொள்ளலாம்.

ஒரு பெண், கல்யாணம் ஆனதில் இருந்தே, தன் அன்பாலும், அழகாலும், அறிவாலும் கணவனை தன் கைக்குள் போட்டுக் கொள்ள முயற்சிக்கவேண்டும். தன்னால் குழந்தை பெற்றுத் தர இயலவில்லை என்றால், வேறு பெண்ணைத் திருமணம் செய்து கொள்ளுங்கள் என்று அவளாகச் சொல்ல வேண்டும். அவ்வாறு வரும் இரண்டாம் தாரத்தை, தன் சொந்தத் தங்கையை நடத்துவதுபோல் நடத்தவேண்டும். அதுவரை கணவன் வீட்டில் தனக்கு இருந்து வந்த அதிகாரத்தை இளைய மனைவிக்காக விட்டுக்கொடுக்க வேண்டும். கணவன், இளைய

மனைவியின்மீது காட்டும் அதிகப்படியான அன்பை கண்டும் காணாமல் இருக்கவேண்டும். அதிகாலையில் கணவன் கண்முன் இளையவளை அலங்கரிக்கவேண்டும். கணவனுக்குப் பிடிக்காத எதையாவது இளையவள் செய்தால், அவளுக்குப் புத்திமதி சொல்லித் திருத்தவேண்டும். கணவன் முன்னிலையில் அவளுக்கு நல்லது கெட்டது சொல்லித் தரவேண்டும். அவளின் குழந்தைகளை தன் குழந்தைகளாகவும் அவளின் வேலையாள்களையும் தன் வேலையாள் களாகக் கருதி கவனிக்கவேண்டும். இளையவளின் நண்பர்களுக்கும், உறவினர்களுக்கும் மதிப்பும் மரியாதையும் கொடுக்கவேண்டும்.

ஒன்றுக்கும் மேற்பட்ட மனைவிகள் இருக்கும்பொழுது, மூத்த மனைவி, அவளுக்கு அடுத்தபடியாக இருக்கும் மனைவியுடன்தான் அதிகம் பழகவேண்டும். கணவன் யாரிடம் பாசமாக இருக்கிறானோ அந்தப் பெண்ணுக்கும், அதற்கு முன் அவன் பாசமாக இருந்த பெண்ணுக்கும் நடுவில் சண்டை மூட்டி விடவேண்டும். மற்ற மனைவிகள் அனைவரையும் ஒன்று சேர்த்து, தற்பொழுது கணவன் பாசமாக இருக்கும் பெண்ணுக்கு எதிராகத் திருப்பி விடவேண்டும். செய்வது அனைத்தையும் செய்துவிட்டு, எனக்கும் இதற்கும் சம்பந்தம் இல்லை என்பதுபோல் இருக்கவேண்டும். கணவனுக்குப் பிரியமான மனைவி, கணவனுடன் சண்டை போட்டால், அவளை உசுப்பேற்றி, சாதாரண சண்டையை உலகப் போராக மாற்றிட முயற்சிக்க வேண்டும். ஆனால் இவ்வளவுக்குப் பிறகும், கணவன் அந்த மனைவியிடம் பிரியமாக இருந்தால், அவர்கள் இருவரிடையே சமாதான செய்ய முயற்சிகள் செய்து, கணவனிடம் நல்ல பெயர் வாங்க முயற்சிக்கவேண்டும்.

இளைய மனைவி, மூத்த மனைவியை தாயாக நினைத்து மதித்து நடக்கவேண்டும். மூத்த மனைவியின் அனுமதி இல்லாமல் கணவனை அணுகக்கூடாது. மூத்த மனைவிக்குத் தெரியாமல் எதுவும் செய்யக்கூடாது. மூத்த மனைவியிடம் எதுவும் மூடி மறைக்கக்கூடாது. மூத்த மனைவி அவளை நம்பிச் சொல்லும் எதையும் ரகசியமாகக் காப்பாற்றவேண்டும். பெரியவளின் பிள்ளைகளையும் தன் பிள்ளை களாகக் கருதவேண்டும். கணவனுடன் தனியாக இருக்கும்போது, மற்ற மனைவிகளினால் வரும் பிரச்னைகளைப்பற்றிப் புலம்பக் கூடாது. கணவன் தன்னிடம் நம்பிக்கை வைத்துச் சொன்னவற்றை வெளியில் சொல்லக்கூடாது. அதுபோல், அவர்கள் மத்தியில் இருக்கும் அன்னியோன்யம்பற்றி பெருமையாகக்கூட வெளியில் சொல்லக்கூடாது. பெரிய மனைவிக்குப் பயந்து, அடங்கி நடக்க வேண்டும். குழந்தைகள் இல்லாத காரணம் அல்லது வேறு எதற்காகவாவது, கணவன் பெரிய மனைவியை வெறுத்தால்,

‘அவ்வாறு வெறுக்கக்கூடாது. பாசமாக இருக்கவேண்டும்’ என்று கணவனுக்கு அறிவுரை கூறவேண்டும். கணவனுக்கு அறிவுரை கூறிய படியே அவளும் பெரிய மனைவியிடம் பாசமாக இருக்கவேண்டும். ஆனால், கற்புடன் வாழ்வதில் பெரிய மனைவியை மிஞ்சவேண்டும்.

கன்னிப் பெண்ணாக இருக்கும்போதே கணவனை இழந்தவர்கள், தாராளமாக மறுமணம் புரிந்துகொள்ளலாம். ஆனால், அப்படி மறு மணம் செய்யும்போது மிகவும் எச்சரிக்கையாக இருக்கவேண்டும். ஏனெனில், மோசமானவனைத் திருமணம் செய்து, அதனால் அவனைப் பிரிய நேரிட்டால், மீண்டும் அடுத்த மாப்பிள்ளையைத் தேடிக்கொண்டிருக்கவேண்டும். இந்த பிரச்னைகளை எல்லாம் தவிர்க்க மறுமணம் செய்யும்போது நல்லவனாக தேடிப் பிடிக்க வேண்டும் என்று பாப்ரைவர் கூறுகிறார். கோணர்தியரோ, ‘வாழ்வில் மகிழ்ச்சிவேண்டும் என்றுதானே அவள் மறுமணம் செய்து கொள்கிறாள். அதனால், யார் அவளை மகிழ்ச்சியாக வைத்திருப் பார்கள் என்று நினைக்கிறாளோ, அவரையே அவள் மணந்துகொள்ள வேண்டும்’ என்கிறார். வாத்ஸ்யாயனரோ, ‘அந்த அளவுகூட யோசிக்க வேண்டியதில்லை. அவளுக்கு யாரைப் பிடித்திருக்கிறதோ அவனை மணந்துகொள்ளலாம்’ என்கிறார்.

கல்யாணத்தின்போது, தன் நண்பர்கள், விருந்தினர்களுக்குப் பரிசுகள், விருந்தெல்லாம் கொடுப்பதற்கு, மணக்கவிருக்கும் கணவனிடம் இருந்து பணம் பெற்றுக்கொள்ளவேண்டும். அவளுடைய நகை களையோ அல்லது அவளின் கணவன் அளித்த நகைகளையோ அணிந்துகொள்ளலாம். கணவனுக்குப் பரிசுகள் கொடுக்கலாம் அல்லது அவனிடமிருந்து பரிசுகள் பெறலாம். இவற்றுக்கு எல்லாம் விதிமுறைகள் என்று எதுவும் கிடையாது. கல்யாணத்துக்குப் பிறகு, கணவனை விட்டுப் பிரிவது என்று அவள் முடிவு செய்தால், பரஸ்பரமாக அளித்துக்கொண்ட பரிசுகளைத் தவிர, அவன் தந்த அனைத்துப் பரிசுகளையும் திருப்பித் தந்துவிடவேண்டும். ஆனால், அவனால் வீட்டைவிட்டுத் துரத்தப்பட்டால் எதையும் திருப்பித் தரத் தேவையில்லை.

கல்யாணத்துக்குப்பிறகு வீட்டின் முக்கிய உறுப்பினர்போல் வாழ வேண்டும். வீட்டில் இருக்கும் மற்ற பெண்கள், வேலையாள்கள், வீட்டுக்கு வரும் நண்பர்கள் அனைவரையும் மதித்து நடக்க வேண்டும். வீட்டில் இருக்கும் மற்ற பெண்களைவிட காமத்தின் அறுபத்தி நான்கு வகைளிலும் அவள் சிறந்தவள் எனக் காட்டிக் கொள்ளவேண்டும். கணவனுடன் எந்தப் பிரச்னை வந்தாலும் அதிகமாகத் திட்டக்கூடாது. அவனுடன் தனிமையில் இருக்கும் போது, அவன் விருப்பப்படியெல்லாம் நடந்துகொள்ளவேண்டும்.

காமத்தின் அறுபத்தி நான்கு வகைகளையும் பயன்படுத்தி, அவனை மகிழ்ச்சியாக வைத்திருக்கவேண்டும். மற்ற மனைவிகளை அனுசரித்து நடந்துகொள்ளவேண்டும். அவர்களின் குழந்தைகளுக்குப் பரிசுப் பொருள்கள், விளையாட்டுப் பொம்மைகளெல்லாம் வாங்கிக் கொடுக்கவேண்டும். விருந்துகளுக்குச் செல்வது, சுற்றுலா, திருவிழாவுக்குப் போவது போன்றவற்றில் அதிக விருப்பம் இருக்கவேண்டும்.

கணவனுக்குப் பிடிக்காத மனைவி, கணவனுக்கு மிகவும் பிடித்த மனைவியுடன் அதிகமாகப் பழகவேண்டும். கணவனுக்கு அதிக பணிவிடை செய்யும் மனைவியுடனும் கலந்து பழகவேண்டும். அவளுக்கு, தான் கற்றிருக்கும் அனைத்துக் கலைகளையும் கற்பிக்க வேண்டும். அவனின் நண்பர்களின் நட்பையும் நம்பிக்கையையும் பெறவேண்டும். அதன் மூலம் அவன் அன்பைப் பெற முயற்சிக்க வேண்டும். பூஜை, பக்தி, விரதம் இருப்பது போன்ற சமாச்சாரங்களில் அதிக ஈடுபாடு காட்டவேண்டும். தான் என்ற கர்வத்துடன் இருக்கக் கூடாது. கணவனின் அனுமதியின்றி அவனை அணுகக்கூடாது. அவனிடம் பிடிவாதம் பிடிக்கக்கூடாது, திட்டக்கூடாது. கணவன் யாருடனாவது சண்டை போட்டால், அவர்கள் மத்தியில் சமாதானம் செய்து வைக்கவேண்டும். அவன் ஏதாவது ஒரு பெண்ணை விருப்பப்பட்டால் அந்தப் பெண்ணைச் சந்திக்க உதவி செய்ய வேண்டும். கணவனை நன்கு அறியவும், புரிந்துகொள்ளவும் வேண்டும். அவனின் குறைகளையும் ரகசியங்களையும் அறிந்து வைத்திருக்கவேண்டும். ஆனால், அவற்றையெல்லாம் ரகசியமாக வைத்திருக்கவேண்டும். சுருக்கமாகச் சொல்லவேண்டும் என்றால், அவளின் நடத்தையைப் பார்க்கும் கணவன், இவளல்லவோ நல்ல மனைவி என்று நினைக்குமாறு இருக்கவேண்டும்.

அந்தப்புரத்தில் இருக்கும் பணிப் பெண்கள், அரசிகளிடமிருந்து பூக்கள், துணிகள் ஆகியவற்றை அரசனிடம் எடுத்துச் செல்ல வேண்டும். அவற்றை பெற்றுக் கொள்ளும் அரசன், அவையனைத்தையும் தன் பணியாள்களுக்குப் பரிசாகக் கொடுத்து விடவேண்டும். இவற்றுடன், முன் தினம் அணிந்தவற்றையும் பரிசாகக் கொடுத்து விடவேண்டும். பிறகு, வசீகர உடை, நகை அணிந்து, அலங்காரத்துடன் இருக்கும் அந்தப்புர பெண்களுடன் கலந்துரையாட வேண்டும். அவர்கள் அனைவரையும் தகுந்தவாறு மதித்து நடக்கவேண்டும். அதற்குப் பின் அரசன், அவனின் மனைவியர், ஆசைநாயகியர், ஆடல் பெண்கள் என்ற வரிசையில் சந்திக்க வேண்டும். தனிமையான அறைகளில்தான் இந்தச் சந்திப்பு எல்லாம் நடைபெறவேண்டும்.

வரிசை முறைப்படி அன்றைய இரவை அரசனுடன் கழிக்க வேண்டிய பெண்ணின் பணியாள்கள், அவளின் முறை இருந்தும் உடல்நிலை மற்றும் சில காரணங்களினால் தவற விட்ட பெண்ணின் பணியாள்கள் அனைவரும், பூ பழம் வாசனை திரவியங்களுடன் காத்திருக்க வேண்டும். மன்னன் மதிய தூக்கம் முடித்து எழுந்தவுடன், 'இன்று இரவை இவளுடன்தான் நீங்கள் கழிக்கவேண்டும்' என்று அரசனுக்கு தகவல் சொல்லும் பெண்ணுடன், அனைவரும் சென்று அரசனைச் சந்திக்கவேண்டும். அனைவரையும் வரவேற்கும் அரசன், 'இந்த இரவு, இந்தப் பெண்ணுக்குத்தான் இனிய இரவு' என்பதற்கு அடையாள மாக, அந்தப் பெண் அனுப்பிய வாசனை திரவியத்தை ஏற்றுக் கொள்ளவேண்டும். இதை அந்தப் பெண்ணுக்கும் தெரியப்படுத்த வேண்டும்.

விருந்து கேளிக்கை விழாக்களில் அரசனின் மனைவியர் யாவரும் மரியாதையுடன் நடத்தப்படவேண்டும். அவர்களுக்கு தடையின்றி மதுவும் வழங்கப்படவேண்டும். அதே சமயம் அந்தப்புர மகளிர் தனியே வெளியே செல்லக்கூடாது. நன்கு தெரிந்த பெண்மணிகளைத் தவிர, மற்ற பெண்களைக்கூட அந்தப்புரத்தில் அனுமதிக்கக்கூடாது. அதிகம் அலுப்பைத் தரும் அலுவல்களை அரசனின் மனைவியர் செய்யக்கூடாது.

பல பெண்களை மணப்பவன் அனைவருக்கும் விசுவாசமாக இருக்க வேண்டும். அவர்களின் குறைகளை கண்டும் காணாமல் இருக்கக் கூடாது. ஒரு மனைவியின் அந்தரங்கத்தைப்பற்றி மற்றவளிடம் பேசக்கூடாது. மற்ற மனைவியின் குறைகளைப்பற்றி தன்னிடம் புறம் கூறும் மனைவியிடம், 'நீ மட்டும் என்ன ஒழுங்கா? உன்னிடமும் அந்தக் குறைகள் எல்லாம் உண்டு' என்று சொல்லி யாருக்கும் குறை கூறும் வாய்ப்பைத் தரக்கூடாது. ஒருத்தியை நம்பிக்கையின் மூலம், ஒருத்தியை மதிப்பதன் மூலம், ஒருத்தியை புகழ்வதன் மூலம் என்று அனைவரையும் திருப்திப்படுத்தவேண்டும். அனைவருடனும் பூங்காக்களுக்குச் செல்வது, பொது நிகழ்ச்சிகளுக்குச் செல்வது, பரிசுகள் கொடுப்பது, ரகசியம் சொல்வது என்று, உறவுக்கு மதிப்பும் மரியாதையும் கொடுக்கவேண்டும். மிக முக்கியமாக, அனைவரையும் காதல் செய்து மகிழ்ச்சிப் படுத்தவேண்டும். மனு தர்மத்தில் சொல்லியபடி நடந்துகொள்ளும் நல்ல அழகுடைய இளம்பெண், மற்ற மனைவியர்களைவிட மேலான நிலையை அடைவாள். கணவனின் மனத்தை வெல்வாள்.

பாகம் 5

23. மாற்றான் தோட்டத்து மல்லிகை

நம் வீட்டுத் தோட்டத்திலேயே மல்லிகை இருக்கிறது. நல்ல மணமும் இருக்கிறது என்று மகிழ்ச்சியாக இருக்கலாம்தான். ஆனால், ஆசை யாரை விடுகிறது. மாற்றான் தோட்டத்தில் இருப்பது முல்லையா, மல்லிகையா? அந்த மல்லிகைக்கு மணம் இருக்கிறதா? எவ்வளவு மனம் என்றெல்லாம் முகர்ந்து பார்க்கும் ஆசை பொங்குகிறதல்லவா? ஆனால், இந்த ஆசை கூடவேகூடாது. இது அழிவுக்குத்தான் வழி வகுக்கும். எனவே மனத்தில் அந்த ஆசையெல்லாம் எட்டிப் பார்க்கவே விடக்கூடாது.

சில குறிப்பிட்ட காரணங்கள் அல்லது சூழ்நிலைகளில் மட்டும்தான் மாற்றான் தோட்டத்து மல்லிகையை முகர்ந்து பார்க்க முயற்சிக்கவேண்டும். அதுவும் ஆழமறிந்த பின்னே காலை விட வேண்டும். 'அ'ந்த... ஆழத்தைச் சொல்ல வில்லை. முயற்சி எடுக்கும் முன்பே, முயற்சி வெற்றி பெறுவதற்கான சாத்தியக் கூறுகள், இணைந்து வாழ முடியுமா, இணைவதில் இருக்கும் ஆபத்து,

அதனால் வரும் பின்விளைவுகள்பற்றியெல்லாம் யோசித்து விடவேண்டும்.

அச்சோ, அவளை அடைய முடியாதா? அவளை அடையாவிட்டால் செத்தே போய்விடுவேன்போல் இருக்கிறதே என்ற நிலையை அடைந்துவிடும் அபாயம் வரும்போது, உயிரைக் காப்பாற்றிக் கொள்ள, உடல்கள் இணைய முயற்சிகள் எடுக்கலாம்.

அதென்ன? ஒரு பெண்ணைப் பார்த்ததும், அதுவும் அடுத்தவன் மனைவியைப் பார்த்ததும் உடனே அவளுடன் மஞ்சத்தில் கூட வேண்டும், இல்லையேல் காலனைக் காணவேண்டும் என்று தோன்றி விடுமா என்ன? இல்லை... படிப்படியாகத்தான் இந்தப் பெண் பித்தம் தலைக்கு ஏறும்.

முதலில் பார்த்துக்கொண்டே இருக்கத் தோன்றும். பிறகு, அடிக்கடி நினைவில் வந்து போவாள். நாளாக நாளாக நினைவில் அவள் மட்டும்தான் இருப்பாள். தூக்கத்திலும் தொந்தரவு செய்வாள். கனவைக் கலைப்பாள். அவளை நினைத்து நினைத்து உருகி, உடலின் பாதி மட்டுமே மீதி இருக்கும். எல்லா இன்பங்களும் துன்பங்களாகத் தோன்றும். என்ன செய்தாவது அவளை அடையவேண்டும் என்று வேட்கை எழும். வெட்கம் விலை எவ்வளவு என்று கேட்கும். காமம் பைத்தியமாக மாற்றியிருக்கும். மயக்கத்தைத் தரும். இவ்வளவையும் கடந்த பிறகு, இதற்குப் பதிலாக உயிரை விடலாம் என்று தோன்றும். அப்பொழுதுதான் களவுக் கலவிக்காகக் களத்தில் குதிக்கவேண்டும்.

ஒரு பெண்ணின் உடல் லட்சணங்களை வைத்தே, அவளின் ஆதி அந்தம் எல்லாவற்றையும் சொல்லிவிடலாம் என்று சில ஆசிரியர்கள் அருள்வாக்கு சொல்கிறார்கள். அவளின் எண்ணங்கள், சிந்தனை, குணம், எவ்வளவு உறுதியானவள், பரிசுத்தமானவள், நேர்மையானவளா, மடங்குவாளா, அவளின் மோக அளவு எல்லாவற்றையும் சொல்லி விடலாம் என்கிறார்கள். ஆனால், வாத்ஸ்யாயனர் 'இதெல்லாம் போங்கு!' என்று புறந்தள்ளி விடுகிறார். 'உடல் லட்சணத்தை வைத்தெல்லாம் பெண்களை எடைபோடுவது தவறான தராசைப் பயன்படுத்துவது போன்றது' என்று சொல்லும் வாத்ஸ்யாயனர், அவள் பழகும் விதம், பேசும் விதம், சிந்திக்கும் விதம், நடந்துகொள்ளும் விதம் ஆகியவற்றை எல்லாம் வைத்துத்தான் அவளை எடைபோடவேண்டும்' என்கிறார்.

அழகான பெண்ணைப் பார்க்கும் ஆணுக்கும், அழகான ஆணைப் பார்க்கும் பெண்ணுக்கும் ஒருவர் மீது ஒருவர் காதலோ, ஆசையோ, ஈர்ப்போ மனத்தில் எட்டிப் பார்ப்பது இயற்கையானதே. அது

இயல்பானதும்கூட. பல காரணங்களால், பெரும்பாலான சமயங்களில் எட்டிப் பார்ப்பது, எட்டவே நின்றுவிடுகிறது. அத்துமீறி மனத்தை மொத்தமாக ஆக்கிரமிப்பதில்லை என்பதே கோணகி புத்ராவின் கருத்து.

காதலில், பெண்ணின் காதலுக்கும் ஆணின் காதலுக்கும், அடிப்படை வித்தியாசங்கள் அதிகம் உண்டு. பெண், காதல் வயப்படும்போது, எது சரி, எது தவறு என்றெல்லாம் யோசிப்பதில்லை. எதையும் எதிர்பார்த்தும் அவள் காதல் வயப்படுவதில்லை. அவளை அடைவதற்காக, அவன் எடுக்கும் முயற்சிகளில் விருப்பம் இருந்தாலும், இணங்கவேண்டும் என்று இச்சை இருந்தாலும், 'ச்சீ... என்ன கெட்ட பழக்கம் இது' என்று சொல்லி விலகிவிடுகிறாள். அவன் விடாமல் முயற்சிக்கும்போது, ஏதோ விருப்பம் இல்லாத மாதிரியும், அவனின் விருப்பத்துக்காகத்தான் விட்டுக்கொடுப்பது மாதிரியும் விட்டுக்கொடுக்கிறாள். ஆண் காதலில் விழுந்தாலும் தயக்கத்தில் தடுமாறுகிறான். அவளைப்பற்றியே சதா சர்வகாலமும் யோசித்துக்கொண்டு இருந்தாலும் இது சரிவருமா என்றும் குழம்பிப் போகிறான். அவளாக நெருங்கி வந்தாலும், விலகி விடுகிறான். அவனது முயற்சிகள் தோல்வியடைந்தால், 'சீச்சீ... இந்தப் பழம் புளிக்கும்' என்று தளர்ந்து விடுகிறான். ஆனால், அவளின் காதல் கிடைத்தவுடன், அவளை அலட்சியப்படுத்த ஆரம்பிக்கிறான். காதலிக்கவேண்டும் என்று சுற்றிச் சுற்றி வந்தவனா இவன் என்ற சந்தேகம் வரும்படி நடந்துகொள்கிறான். ஏனோ தெரியவில்லை, எளிதாகக் கிடைப்பதைவிட கிடைக்காத ஒன்றை அடைய, அல்லல்பட வைக்கின்ற பெண்ணையே ஆண் அதிகம் விரும்புகின்றான்.

ஆணும் பெண்ணும் அழகாக இருந்தால் ஈர்க்கப்படுவது இயற்கை. சரி, அந்த இயற்கைக்கு எதிராக ஒரு பெண் நடந்துகொள்ள என்னவெல்லாம் காரணங்களாக இருக்கலாம்.

கணவன் மேல் இருக்கும் பாசம், முறை தவறிய பிள்ளைகள் பிறந்துவிடுமோ என்ற பயம், சரியான சந்தர்ப்பம் அமையாதது, சமுதாயத்தில் இருக்கும் ஏற்றத் தாழ்வுகள் போன்றவையாக இருக்கலாம்.

அவளை அடையவேண்டும் என்ற ஆசையை அவன் அடிக்கடி வெளிப்படுத்தி, மீண்டும் மீண்டும் கடுப்பேற்றுவது, ஊர் சுற்றுதலில் அதிக நாட்டம் கொண்டிருப்பது, நண்பர்களுடன் அதிக நேரம் செலவழிக்க விரும்புவது, போக்கிரியாக இருப்பது, மிகவும்

விவரமானவனாக இருப்பது அல்லது கொஞ்சமும் உலக அறிவு இல்லாமல் இருப்பது, மோசமான குணநலன்கள் என்று ஆணின் குணநலன்கள் காரணமாக இருக்கலாம்.

இவன், மேலும் பலருடன் உறவு வைத்திருப்பானோ என்ற எண்ணம், இவனுக்கு சரி என்று சொன்னால் ஊர் எல்லாம் சொல்லி விடுவானோ என்ற பயம், அவன் ஆசை நிச்சயமானதுதானா என்ற சந்தேகம்.

'நாமோ மான்போல் இருக்கிறோம். இவனோ மிருகம்போல் இருக்கிறான். இவனுடன் நம்மால் மல்லுக் கட்ட முடியாது' என்ற முடிவு, இல்லை, 'இவனால் நமக்கு ஈடு கொடுக்க முடியாது' என்று நினைப்பது, 'இவனுடன் இவ்வளவு நாள் நட்புடன் பழகி இருக்கிறோம், அதை நாசப்படுத்தலாமா' என்ற நல்ல எண்ணம், 'இவனுக்கு எவ்வளவு கொழுப்பு இருந்தால் எனக்கு அவனைப் பிடித்திருக்கிறது என்று நினைத்திருப்பான்.'

நம் காதலால் அவனுக்கு ஏதாவது ஆபத்து வந்து விடுமோ என்ற அக்கறை, அவன் எங்கே, நாம் எங்கே? அவனுக்கு நாம் சரியான ஜோடி இல்லை என்ற தாழ்வு மனப்பான்மை, அவன் ரொம்ப நல்லவன். அவனைக் கெடுக்க வேண்டாம் என்ற நல்ல எண்ணம். இம்மாதிரி காரணங்களால்கூட, அவள் தன் மனத்துக்குள் முளை விடும் காதல் ஆசைகளை கிள்ளி எறிந்து விடலாம். எல்லாவற்றுக்கும் மேலாக, 'ஒருவேளை நம் கற்பை சோதிக்க நம் கணவன் செய்த ஏற்பாடாக இருக்குமோ' என்ற பயமும் காரணமாக இருக்கலாம்.

மேலே சொன்ன காரணங்களில் என்ன காரணத்தினால் அந்தப் பெண் தனது வேண்டுதல்களுக்கு எல்லாம் வேண்டாம் என்று சொல்கிறாள் என்பதை ஆண் அறிந்துகொள்ளவேண்டும். அந்தக் காரணங்களை எல்லாம் முளையிலேயே கிள்ளி எறியவேண்டும். 'நீங்க என்னை ரொம்ப தப்பா புரிஞ்சுக்கிட்டு இருக்கீங்க!' என்று சொல்லி சரியாகப் புரிய வைக்கவேண்டும்.

சரியான சந்தர்ப்பம் இல்லை, அவனை அணுக முடியாது என்றெல்லாம் அவள் யோசித்தாள் என்றால், அடிக்கடி தன்னைக் காணலாம் என்பதை ஆண் அவளுக்கு உணர்த்தவேண்டும். அவனின் குணத்தில் வரும் சந்தேகத்தை, அன்பால் போக்கவேண்டும். மரியாதைதான் காரணம் என்றால், நமக்குள் என்ன மரியாதை என்று, சரிசமமாகக் கலந்து பழகவேண்டும். மோசமான குணநலன்கள் என்ற நினைப்பை வீரத்தினாலும் விவேகத்தினாலும் நீக்கவேண்டும். பயந்தால், தைரியமூட்டவேண்டும். கவனிப்பதில்லை என்கிற குறையிருந்தால் அதீத கவனிப்பில் குளிப்பாட்டி விடவேண்டும்.

சரி, எந்தவிதமான ஆண்களால் எளிதாக பெண்களை மடக்க முடியும்? அதற்கெல்லாம் எங்கோ மச்சம் இருக்கவேண்டிய அவசியமில்லை!

காதல் என்னும் கலையை அறிவியல்போல் கற்றவன், நன்றாகக் கதை சொல்லுபவன், நன்றாகப் பேசுபவன், அழகன், காளையைப்போன்ற வலிமையானவன், தைரியசாலி, வீரன், விரும்பியதை எல்லாம் அடைபவன், தூதுவன், பெண் நண்பர்கள் இருப்பவன், நல்ல பெண்களால் விரும்பப்படுபவன், ஆடம்பரமாகவும் செல்வச் செழிப்புடனும் வாழ்பவன், இதற்கு முன் எந்தப் பெண்ணையும் காதலிக்காதவன், சிறு வயதிலிருந்தே பெண்களுடன் பழகி வளர்ந்தவன், அவர்களின் நம்பிக்கையை வெல்பவன், அவர்களுக்குப் பரிசுகள் கொடுப்பவன், அவர்கள் பலவீனங்களை அறிந்தவன். இவர்களுக்கெல்லாம் பெண்கள் எளிதில் மயங்குவார்கள், மடங்குவார்கள்.

இவர்கள் மட்டும் அல்ல, வீட்டின் அருகே வசிப்பவர்கள், காமத்தில் ஈடுபாடு கொண்டவர்கள், தன் தாதியரின் மகள்களின் காதலிகள், காலம் தாழ்த்தி திருமணம் செய்துகொண்டவர்கள், தன் கணவனைவிட படிப்பிலும் அறிவிலும் சிறந்தவர்கள் என்ற வகையில், பெண்களுக்கு அறிமுகமானவர்களுக்குக்கூட எளிதில் வெற்றி கிட்டும்.

சரி, எந்த வகையான பெண்களை எளிதில் மடக்கலாம், மயக்கலாம்?

வீட்டு வாசலில் நிற்பவள், தெருவையே வேடிக்கைப் பார்ப்பவள், அக்கம் பக்கத்துக்குச் சென்று அதிகமாக அரட்டையடிப்பவள், ஆண்களை வெறித்துப் பார்ப்பவள், ஓரக்கண்ணால் நோக்குபவள்.

காரணமின்றி கணவனால் கைவிடப்பட்டவள், கணவனால் வெறுக்கப்படுபவள், கணவனை வெறுப்பவள், கணவன் மேல் அதிக அன்பு இருப்பதுபோல் பாசாங்கு காட்டுபவள், கணவனைவிட மேலான நிலையில் இருப்பவள், கணவனின் செயல்களால் கடுப்பேறியவள், இளம் வயதில் சொத்துக்கு ஆசைப்பட்டு வயதானவனுக்குக் கட்டிக் கொடுக்கப்பட்டவள், காரணமின்றி கணவனால் கேவலப்படுத்தப்படுபவள், தேசாந்திரியான கணவனைப் பெற்றவள்.

நடிகனின் மனைவி, நகைகள் செய்பவனின் மனைவி, அதிக மைத்துனன்கள் இருப்பவள், குலம் கோத்திரம் அறியாதவள், கட்டுப்படுத்த யாரும் இல்லாதவள், பிள்ளைகளை இழந்தவள், பிள்ளை பெறாதவள், ஆடம்பரத்தை விரும்புவள், தன் திறமைகளால்

தற்பெருமை கொள்பவள், மற்ற பெண்களால் மதிக்கப்படாதவள்.

பொறாமை பிடித்தவள், பிறர் பொருளுக்கு ஆசைப்படுபவள், நெறி கெட்டவள், மலட்டுத்தன்மை உடையவள், சோம்பேறி, விதவை, ஏழை, தற்பெருமை பிடித்தவள், தூது செல்பவள், தைரிய மில்லாதவள், கூன் உடையவள், குள்ளமானவள், உடலில் குறை இருப்பவள், துர்நாற்றம் உடையவள், நோய் பிடித்தவள், வயதானவள், தரக் குறைவானவள்.

இப்படிப்பட்ட பெண்கள் என்றால், கவலையுமில்லை, கஷ்டமும் இல்லை. புத்திசாலியான ஆண், தன் திறமையாலும் பெண்களைக் கூர்ந்து கவனிப்பதாலும், அவர்களைப் புரிந்துகொள்வதாலும், அவர்கள் ஆணை விட்டு விலகும் காரணங்களை அறிந்து அந்தக் காரணங்களை காணாமல் போகச் செய்வதன் மூலமே வெற்றி பெறுகிறார்கள்.

24. தூண்டில் போடுவது எப்படி?

ஒரு பெண்ணை மிகவும் பிடித்திருக் கிறது. அவளை அடைந்தே ஆகவேண்டும். என்ன செய்யலாம். நாமே களத்தில் இறங்கலாமா? ஆழம் பார்க்காமல் எப்படி இறங்க? யாரையாவது தூது விட்டால் என்ன என்ற குழப்பம் வரலாம். இளம் பெண் என்றால், எளிதில் வேலை நடக்காது. பெண் தோழியைத் தூது விடுவதுதான் சரியாக இருக்கும். பிறன் மனைவி என்றால் முன்பே கல் எறியப் பட்ட குளம்தான். ஆழம் பார்க்க யாரும் தேவையில்லை. தைரியமாக இறங்கலாம் என்று சில ஆச்சாரியர்கள் அறிவுரை கூறுகிறார்கள்.

வாத்ஸ்யாயனரோ, 'நமக்கு நாமே திட்டம்தான் சரியானது' என்கிறார். 'இதுபோன்ற விஷயங்களில் பிறரை நம்புவது, தூது அனுப்புவதைவிட, சுயமாக முயற்சி செய்வதே சிறப்பானது' என்பவர், 'அவளை நேராகச் சந்திக்க முடியாது, சந்தித்தால் பிரச்னை வரும், வேலை சுலபமாக முடியாது என்னும் பட்சத்தில்தான் தூதுவர்களைப்பற்றி யோசிக்கவேண்டும்' என்று

வலியுறுத்துகிறார். தைரியமாக, வெளிப்படையாக பேசிப் பழகும் பெண்ணை, யார் உதவியும் இன்றி எளிதாக வெல்லலாம் என்பதும், அப்படி இல்லாத பெண்ணை வெல்ல, தோழி விடு தூது நிச்சயம் தேவை என்பதெல்லாம் வெறும் பேச்சுதான்.

தோழி விடு தூதுக்கு வழியில்லையா, ஆண் நேராக பெண்ணை அடைய முயற்சிக்கவேண்டும். என்ன செய்யலாம்? உங்களை நான் எப்படித்தான் அடைவது என்று நீங்களே சொல்லுங்கள் என்றெல்லாம் எடுத்தவுடன் கேட்க முடியுமா என்ன?

அவளை அடைவதற்கு முயற்சிகள் எடுக்கும் முன், அறிமுகப்படுத்திக் கொள்ளவேண்டும்.

இந்த அறிமுக சந்திப்பு, அவர்களின் வீடுகளிலோ, அல்லது நண்பர்கள், சொந்தக்காரர்கள் அல்லது தெரிந்தவர்களின் வீடுகளில் யதேச்சையானதாக இருக்கும்படி பார்த்துக்கொள்ளலாம். இல்லை சிறப்பு சந்தர்ப்பங்களாக திருமணம், பண்டிகை, திருவிழாக்கள், ஏன் இழவு வீட்டில்கூட அறிமுகம் ஏற்படுத்திக்கொள்ளலாம்.

அப்படிச் சந்திக்கும்போது, பார்வையே ஓராயிரம் மொழிகள் பேசுகிறதோ இல்லையோ, 'உன்னை அடைய ஆசை' என்ற ஒன்றை தெளிவாகத் தெரியப்படுத்தவேண்டும். மீசை இருந்தால் அதை முறுக்குவது, கீழ் உதட்டைக் கடிப்பது என்று ஏதாவது செய்து, கவனத்தை ஈர்க்கவேண்டும்.

இதனால், அவளும், அவனை நோக்கும்போது, அவளைப்பற்றி அல்லது பிற பெண்களைப்பற்றி பேசவேண்டும். தான் ஒரு ஜாலிப் பேர்வழி என்பதைப் புரியவைக்கவேண்டும். பக்கத்தில் அமர்ந்திருக்கும்போது கொட்டாவி விடுவதுபோல் கையை அகல விரிப்பது, உடலை சோம்பல் முறிப்பது, களைப்பாக இருப்பதுபோல் மெதுவாகப் பேசுவது, அவள் பேச்சை கவனமாகக் கேட்பது என்று இருக்கவேண்டும்.

இரட்டை அர்த்தத்தில் ஏதோ மூன்றாம் மனிதரைப்பற்றி பேசுவதுபோல் பேசவேண்டும். ஆனால் அவளைப்பற்றித்தான் பேசுகிறோம் என்று குறிப்பால் குழப்பாமல் தெளிவாகப் புரிய வைக்கவேண்டும். இவை அனைத்தையும் சரியான நேரத்தில் சரியான இடத்தில் செய்யவேண்டும்.

அவன் தனது மடியில் ஒரு குழந்தையை உட்கார வைத்துக் கொள்ளவேண்டும். குழந்தையுடன் விளையாடிக்கொண்டு இருக்க வேண்டும். 'என் செல்லம் இல்ல, உன் கன்னம் ரொம்ப சாப்ட்டா இருக்கு இல்ல, அப்படியே கிள்ளணும்போல் இருக்கு'

என்றெல்லாம் குழந்தையிடம் பேசும் சாக்கில், தனது மனம் கவர்ந்த வளைக் கொஞ்சவேண்டும். குழந்தைக்கு முத்தம், கன்னத்தைத் தடவுவது என்றெல்லாம் செய்து, இதெல்லாம் உனக்குத்தான் என்று குறிப்பால் உணர்த்தவேண்டும். குழந்தையைச் சாக்காக வைத்து, அவளுடன் பேச்சை வளர்க்கவேண்டும். அவளுடன் பழக ஆரம்பித்த பின், அவளின் உறவினர்களுடன் உறவை வளர்க்கவேண்டும்.

பின்பு, இந்த அறிமுகத்தைச் சாக்காக வைத்து, அவளின் வீட்டுக்கு அடிக்கடி சென்று வரவேண்டும். அவள் இல்லாத பொழுது ஆனால் அவளின் காதில் படுமாறு காதலைப்பற்றி பேசவேண்டும். இப்படி யெல்லாம் நெருக்கத்தை அதிகரிக்கவேண்டும். நெருக்கமான பின்பு நம்பிக்கையை அதிகரிக்க, அவளிடம் சிறிது பணத்தைக் கொடுத்து வைக்கவேண்டும். அதிலிருந்து அவ்வப்பொழுது பணத்தை பெற்றுக் கொள்ளவேண்டும். வெற்றிலை, திரவியங்கள் எல்லாம் கொடுக்க வேண்டும். தன் மனைவிக்கு அறிமுகப்படுத்தி அவர்கள் இருவரிடையே பரஸ்பர நம்பிக்கையை உருவாக்கவேண்டும்.

'எந்தக் கடையில் அரிசி வாங்குவீர்கள்? எங்கு மருந்து வாங்குவீர்கள்? எங்கு சலவைக்குப் போடுவீர்கள். துணி எங்கு வாங்குவீர்கள்?' என்றெல்லாம் கேட்டு, 'அங்கெல்லாம் நன்றாக இருக்காது. இனிமேல், நான் சொல்லும் இடங்களில் வாங்குங்கள்' என்று அவன் செல்லும் இடங்களைப்பற்றிச் சொல்லி, சந்திக்கும் தருணங்களை அதிகப்படுத்தவேண்டும்.

அனைவரும் அறியும்படி, ஏதோ முக்கியமானதைப்பற்றி பேசுவது போல், அவளுடன் நீண்ட நேரம் பேசி பொழுதைப் போக்க வேண்டும். 'பணம் வேண்டுமா? என்னைக் கேள். எதையாவது வாங்கி வர வேண்டுமா? நான் வாங்கி வருகிறேன். என்ன, எங்கு தேடியும் கிடைக்கவில்லையா? என்னிடம் முதலில் சொல்லியிருக்கக் கூடாதா? இதைக் கற்றுக்கொள்ள வேண்டுமா? நான் சொல்லித் தருகிறேன்' என்று, அவளின் ஆசைகளையும் தேவைகளையும் நிறைவேற்றவேண்டும். இது போன்று பேசுவது பழகுவதெல்லாம் தனிமையிலும், அனைவர் முன்னிலையிலும் தொடரவேண்டும். இப்படி பேசிப் பழகும்போது, ஏதாவது வாக்குவாதம் வந்தாலும், அவளின் தவறை சுட்டிக் காட்டக்கூடாது. 'நீங்க சொன்னால் சரியாகத் தான் இருக்கும்' என்று அவள் பக்கம் சாயவேண்டும். அப்பொழுதுதான் அவள், அவன் மேல் சாய்வாள்.

இப்படியெல்லாம் பெண்ணுடன் பேசிப் பழகவேண்டும். அவளும், அவள் ஆசையை பல்வேறு முறையில் வெளிப்படுத்தினால், அவளை அடைய அனைத்து முயற்சிகளையும் எடுக்கவேண்டும்.

பெண்களுக்குக் கலவிக் கல்வி இருக்கும் என்று சொல்ல முடியாது. அதனால், அவர்களை மிகவும் மென்மையாக அணுகவேண்டும். நன்றாகக் கற்றுத் தேர்ந்தவர்கள் என்றால் இப்படி எச்சரிக்கையாக இருக்கவேண்டியதில்லை.

பெண்ணின் எதிர்பார்ப்பைப் புரிந்துகொண்டபின், அவள் வெட்கத்துக்கு விடுதலை கொடுத்த பின், அவளுடைய பொருள்கள் வேறு, அவனுடைய பொருள்கள் வேறு என்று பாகுபாடு இருக்கக் கூடாது. அவளுக்கு விலை அதிகமான பரிசுகளைக் கொடுக்க வேண்டும். அவளின் அச்சம் விலக்கி தனிமையான இடங்களுக்கு அழைத்துச் செல்லவேண்டும். தனிமையில் கட்டிப் பிடித்து முத்தங்கள் தந்து துணையிருக்கவேண்டும். அவள் சூடிய மலர்கள் வேண்டும் என்று மன்றாடவேண்டும். மலர்களைப் பெறும்போது அவளுடைய மலரினும் மெல்லிய பாகங்களை மெதுவாகத் தொடவேண்டும்.

ஒரு சமயத்தில், ஒரு குதிரையில்தான் சவாரி செய்ய முடியும். ஒரு குதிரையைத்தான் ஓட்டவேண்டும். இரட்டை மாடுகள் பூட்டி ஓட்டும் வண்டிப் பயணம் கூடவே கூடாது. அதாவது, ஒரு நேரத்தில் ஒரு பெண்ணை மட்டும்தான் உஷார் செய்ய முயற்சிக்கவேண்டும். இப்படி ஒரு பெண்ணை உஷார் செய்யும் முயற்சியில் இருக்கும்போது மற்ற எந்தப் பெண்ணையும் அடைய முயற்சிக்கக்கூடாது.

ஒரு பெண்ணை வெற்றிகண்ட பின், அவளுடன் சில காலம் குறிப்பிடும்படியாகக் கொண்டாடி முடித்த பின், மலர் தாவும் வண்டுபோல், இன்னொரு பெண்ணுக்கு முயற்சிக்கலாம். அப்பொழுதும் முதல் பெண்ணுக்கு, அவ்வப்பொழுது அவள் விரும்பும் பரிசுகள் கொடுத்து, அவள் அன்பை அடைகாப்பது மிக முக்கியம். அவனது வீட்டுப் பக்கம் தனது கணவனுடன் அவள் வரும்போது, அவளிடம் இருந்து நிச்சயம் தள்ளி விலகி நிற்க வேண்டும். இப்பொழுது முயன்றால் அவளை எளிதாக அடையலாம் என்ற சந்தர்ப்ப சூழ்நிலை இருந்தாலும், அடைய முயற்சிகள் ஏதும் எடுக்கக்கூடாது.

அதேபோல், தன்னுடைய மானம், மரியாதை, சமுதாயத்தில் இருக்கும் அந்தஸ்து பற்றியெல்லாம் அதிகமாகக் கவலைப் படும் மனிதன் - சஞ்சலப்படும், தைரியமில்லாத, அதிகம் பயப்படும், நம்பிக்கை வைக்க இயலாத, அதிக பாதுகாப்பில், மாமனார், மாமியாரைச் சார்ந்திருக்கும் பெண்கள் மீதெல்லாம் ஆசைப்படக் கூடாது. அவளை அடைவதுபற்றி எல்லாம் நினைக்கவேகூடாது.

25. ஆழம் அறிவது எப்படி?

ஒரு பெண்ணை உஷார் செய்வது என்பதே மிகவும் கடினமான வேலை. அதுவும் மற்றவனுடையது என்றால் கரணம் தப்பினால் மரணம் என்பது போன்றது அல்லவா இது.

முதலில் அவளுடன் அறிமுகமாக வேண்டும். பின்பு பேசிப் பழகவேண்டும். அவ்வப்பொழுது அவள்மேல் அவனுக்கு இருக்கும் விருப்பத்தை வெளிப்படுத்த வேண்டும். சாதகமாக பாதகமில்லாமல் பதில் வந்தால் பயப்படாமல் பயணப் படவேண்டும்.

முதல் சந்திப்பிலேயே காதலை கோடி காட்டும் பெண், காதல் மொழி பேசினால், 'மொழி எதற்கு காதல் புரிய' என்று பதில் சொல்லும் பெண்ணை எல்லாம் எளிதாக அடைந்துவிடலாம். இப்படி, வெளிப்படையாக மனம் திறக்கும் பெண் புத்திசாலி, எளிமையான வள் என்று எப்படி இருந்தாலும் சரி, அவளின் மனத்தை மட்டுமல்ல மொத்தத்தையும் மஞ்சத்தில் மனமார மகிழலாம்.

முதல் சந்திப்பில் மனம் திறப்பவர்கள் சரி. எல்லாருமா சட்டென்று திறப்பார்கள். சில கதவுகள் தட்டத் தட்டத்தான் திறக்கும். சில, எவ்வளவு தட்டினாலும் திறக்காது. எது திறக்கும்? எது திறக்காது என்று எப்படித் தெரிந்துகொள்வது?

'பெண்ணின் மனது ஆழமானது', 'ஒரு பெண்ணின் மனது பெண்ணுக்குத்தான் தெரியும்' என்பதெல்லாம் சரிதான். ஆனால் மற்றவனின் மனைவியை அடைய ஆசைப்படும் ஆண், வெற்றியடையவேண்டும் என்றால் வேறு வழி இல்லை. அந்த பெண் என்ன நினைக்கிறாள்? அவள் மனத்தில் என்னதான் இருக்கிறது என்பதையெல்லாம் அறிந்தே ஆகவேண்டும். அவளின் எண்ண ஓட்டங்களுக்கு ஏற்பவே அவனும் ஓடவேண்டும். சாதுர்யமாகக் காய் நகர்த்தவேண்டும் அப்பொழுதுதான் பழம் கிடைக்கும்.

உன் மேல ஆசைதான் என்று சொல்லி பெண்ணை ஆசையோடு நெருங்கும்போது, அவள், நெருப்பாக எரிந்து விழுந்தால், சுட்ட வேகத்தில் சட்டியைக் கீழே போடுவதுபோல், அவள் மேல் இருக்கும் ஆசையை சுட்டு எரித்து விடவேண்டும்.

அதேபோல், சரி என்றும் சொல்லாமல், இல்லை என்றும் சொல்லாமல், எவ்வளவு அழைத்தும் எந்தப் பதிலும் சொல்லாமல் தனிமையில் மறைந்து விடுபவளை மறந்து விடலாமா என்று யோசிக்கலாம். சில சமயம், தோழி விடு தூது என்றும் முயற்சித்துப் பார்க்கலாம். ஆனால், இப்படிப்பட்ட பெண்கள் என்றால் எதையும் யோசித்துச் செய்வது நல்லது.

அவன் மீது இருக்கும் மரியாதை அல்லது தனது கர்வத்தின் காரணமாக சந்திக்கவோ பார்க்கவோகூட ஒரு பெண் மறுத்து விடலாம். அதனால், மனம் தளர்ந்து விடக்கூடாது. அவளையும் அடையலாம். என்ன, மிகவும் கஷ்டப்பட வேண்டியிருக்கும். வாங்க பழகலாம் வாங்க பழகலாம் என்று அதிகம் கலந்து பழக வேண்டியிருக்கும். இல்லை, மிகவும் புத்திசாலியான தோழியைத் தூது விட வேண்டியிருக்கும்.

அவன் ஆசை வார்த்தைகளுக்கெல்லாம் தலை ஆட்டிக்கொண்டு, நன்றாக கேட்டுக்கொண்டு, எதுவும் எதிர்த்துப் பேசாமல், அதே சமயம், ஆதரவாகவும் இல்லாமல், ஆத்திரமாகவும் பதில் சொல்லாமல், அவளுக்குச் சம்மதமா இல்லையா என்பதைச் சொல்லாமல் இருந்தால், நேரடி பேச்சு வார்த்தை ஒத்து வராது. தூது செல்ல தோழியின் உதவி நிச்சயம் தேவைப்படும்.

முதல் சந்திப்புக்குப் பின் இரண்டாம் சந்திப்புக்கு, முன்பைவிட நன்றாக உடை உடுத்தி அலங்காரம் செய்துகொண்டு வந்தால் அல்லது

உடன் யாருமில்லாது அக்கம் பக்கத்துக்குத் தனியாக வந்தால், அது நல்ல நம்பிக்கை தரும் சமாச்சாரம். சிறிது கஷ்டப்பட்டு முயற்சி செய்தால் வெற்றி நிச்சயம்.

அவனை அவ்வப்பொழுது அத்து மீற அனுமதி அளித்தாலும், அடைவதற்கு அணை போடும் பெண், சரியான காதல் கஞ்சன் என்றே சொல்லலாம். ஆனால் மனம் ஒரு குரங்கு என்பதை மறக்கக்கூடாது. ஒருமுறை வேண்டாம் என்று தோன்றும். ஒருமுறை வேண்டும் என்று தோன்றும். ஆகையால் இதுபோன்ற கஞ்சத்தனமான பெண்களுடனும் கலக்கலாம். கொண்டாடலாம். ஆனால் விடா முயற்சிவேண்டும். அப்பொழுதுதான் விஸ்வரூப வெற்றி.

அவள், அவனை அவ்வப்பொழுது தனிமையில் சந்திக்கிறாள். காலும் காலும் கலந்தாலும் கண்டுகொள்வதில்லை. சற்றே குழப்பமாக இருக்கிறாள். நம்மையும் குழப்புகிறாள் என்றால் பொறுமை மிக அவசியம். மேலும் சில சோதனைகள் செய்யவேண்டும்.

பக்கத்தில் படுக்கும்போது லேசாக அவள்மீது கையைப் போட வேண்டும். விழிக்கும்போது நிஜமாகவே விலக்கி விடுகிறாளா என்று பார்க்கவேண்டும். கைதான் என்று இல்லை. காலும் போட்டுப் பார்க்கலாம். காலையோ, கையையோ விலக்கவில்லை என்றால் அடுத்து கட்டிப்புடி சோதனைதான். சற்றே இறுக்கி கட்டிப் பிடிக்கவேண்டும். கட்டியணைத்தலை கட் செய்துவிட்டு, அதற்கு அடுத்த நாள் எதுவும் நடக்காததுபோல் நடந்துகொண்டால் கூடுவதற்கு கவலை இல்லை என்றே அர்த்தம். காணாமல்போய், சில நாள்களுக்குப் பின் கண்ணில் பட்டு, எப்பொழுதும்போல் நடந்துகொண்டாலும் கொண்டாட்டம்தான். ஆனால் கட்டிப் பிடித்தலுக்குப் பின் ஒரேயடியாகக் காணாமல் போய்விட்டால் தோழியின் தூது அவசியம் ஆகிறது.

பெண்ணே ஆணுக்கு சாடை காட்டி சம்மதம் தந்தால், சம்போகம் செய்யாமல் விடக்கூடாது. பெண் நமக்கு சாடை காட்டுகிறாள் என்ற குறிப்பறிவது எப்படி? அவர்கள் வேறு குழப்படி பேர்வழிகள் ஆயிற்றே!

அவன் கூப்பிடும் முன் அவளே கூப்பிடுவாள். ரகசியமாக ரகசிய இடங்களில் சந்திப்பாள். பேசும்போது வார்த்தைகள் வராது. வந்தாலும் ஒழுங்காக வராது. முகம் பிரகாசமாக இருக்கும். ஆனால் கை கால்கள் எல்லாம் வேர்க்கும்.

ஒரு கையால் அவன் தலையைத் தடவி கோதி விடுவாள். மறு கையோ அவன் உடல் எங்கும் ஊர்வலம் சென்று கொண்டு

இருக்கும். சில சமயங்களில் சோர்ந்து போனது போலவோ அல்லது அதிர்ச்சி அடைந்ததுபோலவோ அவன் உடல் மேல் வைத்த கைகளை நகர்த்தாமல் இருப்பாள். அந்தக் கைகளை நீண்ட நேரம் கட்டுக்குள் வைத்தால் கலங்கமாட்டாள்

சில சமயங்களில், அவன் பொன்மடியில் தலை சாய்த்து இருப்பாள். அந்தத் தலையணைகளைத் தடவித் தரச் சொல்லிக் கேட்டால், தட்டாமல் தடவுவாள். மேலும் முன்னேற அவன் முயற்சித்தால், 'முடியாது போ' என்று சொல்லிக் கிளம்பி விடுவாள். ஆனால், அடுத்த நாள் மீண்டும் அதே நாடகம் அரங்கேறும். இப்படியெல்லாம் நாடகம் நடந்தால் குறிப்பைப் புரிந்துகொண்டு நாடகத்தை நிறுத்திவிட்டு கச்சேரியை நடத்திவிடவேண்டியது தான்!.

26. தோழி விடு தூது

பெண், தன் காதலையும், ஆசையையும், சைகைகளாலும் குறிப்பாலும் உணர்த்தி விட்டுக் காணாமல் போய் விடும் தருணத்தில், அல்லது ஒரு பெண்ணை முதன்முறை சந்திக்கும் சமயத்தில், ஆணுக்கு உதவியாகத் தூது செல்ல ஒருவர் நிச்சயம் தேவை.

அப்படித் தூது செல்லும் பெண், சம்பந்தப் பட்டப் பெண்ணின் நம்பிக்கையை பூரணமாகப் பெறவேண்டும். அவளின் குணத்தை நன்றாகப் புரிந்துகொள்ள வேண்டும். அதன்படி நடந்துகொள்ள வேண்டும். அவள், கணவனை வெறுக்கும் அளவுக்கு அவளிடம் சாமர்த்தியமாகப் பேசவேண்டும். பிள்ளைகள் பெற இருக்கும் மருந்துகள், மற்ற வெட்டிக் கதைகள், மற்றவர்களின் மனைவிகளைப்பற்றிய செய்திகளை யெல்லாம் சொல்லவேண்டும். அவளின் அழகு, அறிவு, குணம் பற்றியெல்லாம் புகழ்ந்து பேசவேண்டும். இப்படி எக்கச்சக்கமாக ஆஹா ஓஹோவென்று புகழ்ந்து விட்டு, 'ஹூம்! என்ன இருந்து

என்ன பயன்? உன்னைப்போன்ற அழகிக்கு, போயும் போயும் இப்படியொரு கணவனா? உன் கால் தூசிக்கு அவன் ஈடாக மாட்டான்' என்று பரிதாபப்படவேண்டும். 'திராணி இல்லாதவன்போல் இருக்கிறானே உன் கணவன், உன்னை நிஜமாகவே மகிழ்ச்சியாக வைத்திருக்கிறானா? உன்னை மகிழ்ச்சிப்படுத்த முடிகிறதா அவனால்? சரியான பொறாமைப் பிடித்தவன் போல் இருக்கிறானே, பொறுக்கிபோல் தோற்றம், ஏன் எப்பொழுதும் சிடுசிடுவென்று இருக்கிறான்?' என்று அவளது கணவனின் சிறு குறைகளுக்கும் பூதக் கண்ணாடி மாட்டி விடவேண்டும். அதுவும் அவனின் எந்தக் குறை அவளை அதிகம் பாதிக்கிறதோ, அதைப்பற்றியே அதிகம் பேசி, அவளின் வெறுப்பை வளர்க்கவேண்டும். உதாரணமாக, அவள் குதிரைப் பெண்ணாகவோ அல்லது யானைப் பெண்ணாகவோ இருந்து, அவன் முயல் ஆணாக இருந்தால், இதை அடிக்கடி அவளுக்குக் குத்திக்காட்டி மன சஞ்சலத்தை உருவாக்கவேண்டும்.

அந்தப் பெண்ணின் முதல் காதலாகவோ, அல்லது அவளின் காதலையோ, விருப்பத்தையோ மிக ரகசியமாக அவள் வெளிப் படுத்தியிருந்தால், அவளின் நம்பிக்கையை பெற்றவர்களைத்தான் தூதுக்குப் பயன்படுத்தவேண்டும் என்பது கோணகிபுத்திரரின் கருத்து.

தூது செல்பவர், அந்தப் பெண்ணிடம், அவளை விரும்பும் ஆணினுடைய காதல், அன்பு ஆகியவற்றை எல்லாம் எடுத்துச் சொல்லவேண்டும். அவளின் நம்பிக்கை அதிகரிக்க அதிகரிக்க, 'உன்னை நேசிப்பவன், நல்ல குடும்பத்தில் பிறந்தவன்தான். ஆனால், பாவம். உன் அழகில் மயங்கி பைத்தியமாகி விட்டான். இப்படியே தொடர்ந்தால் இறந்துபோய் விடுவான்போல் இருக்கிறது' என்றெல்லாம் சொல்லவேண்டும். இதையெல்லாம் சொல்லும்போது தூதுப் பெண், அவளிடம் ஏற்படும் மாறுதல்களை உன்னிப்பாகக் கவனிக்கவேண்டும். அவளது முகத்தில் ஒரு பொலிவு, கண்களில் ஒரு மின்னல் எல்லாம் தோன்றினால் வெற்றி நிச்சயம் என்று அறிந்துகொள்ளலாம். அடுத்த நாளும் அவனைப்பற்றி நல்லவன் வல்லவன் என்றெல்லாம் பேசவேண்டும். அவனின் வலிமை, திறமை, பாப்ரைவர் சொன்ன அறுபத்திநான்கு காதல் வகைகளில் இருக்கும் பரிச்சயம், புலமை, அழகு பற்றியெல்லாம் பெருமையாகச் சொல்லவேண்டும். இதற்கு முன், புகழ் பெற்ற பெண்களுடன் அவனுக்கு அறிமுகம்கூட இல்லையென்றாலும், அவர்களுடன் உறவு கொண்டிருந்ததாகப் பொய் சொல்லவேண்டும்.

இப்படியெல்லாம் சொல்வதுமட்டுமில்லாமல், அந்தப் பெண்ணின் நடவடிக்கைகளில் மாற்றம் ஏற்படுகிறதா என்றும் கூர்ந்து

கவனிக்கவேண்டும். தூது செல்லும் தோழி வந்தவுடன் ஒரு புன்னகை. மிகவும் பக்கத்தில் அமர்ந்து, 'என்ன ஆளே காணோம், எங்கு சென்றிருந்தாய்? எங்கு சாப்பிட்டாய், தூங்கினாய்?' என்றெல்லாம் கேட்பாள். எல்லாம், அவனைப்பற்றி தூது சென்ற தோழி ஏதாவது சொல்ல மாட்டாளா என்ற ஏக்கமும் நம்பிக்கையும்தான் காரணம். மேலும் தனிமையில் சந்திப்பாள். பெருமூச்சு விடுவாள். பரிசுகள் கொடுப்பாள். பண்டிகைக் காலங்களில் வாழ்த்துவாள். 'மீண்டும் எப்பொழுது பார்க்கலாம்?' என்றெல்லாம் கேட்பாள்.

அவனைப்பற்றிப் பேச்சு வந்தால், விளையாட்டுத்தனமாக, குறும்புடன் சிரித்துக்கொண்டே, 'ஏனடி, இப்படியெல்லாம் அசிங்கமாகப் பேசுகிறாய்? அதுவும் என்னிடம்போய் இப்படி யெல்லாம் பேசுவதா?' என்று சலித்துக்கொள்வாள். ஆனால் அவனைச் சந்தித்ததைப்பற்றி எல்லாம் எதுவும் பேச மாட்டாள். ஆனால், அதைப்பற்றி தோழி ஏதாவது கேட்க மாட்டாளா என்று எதிர்பார்ப்பாள்.

அவளை அடைய முற்படும் ஆணின் ஆசை குறித்து பேச்சு வரும்போதெல்லாம், சிரித்து மழுப்புவாள். ஆனால், அவனை எதுவும் கடிந்துகொள்ள மாட்டாள். அவளின் காதல் அதிகரிக்கவும், அவற்றை அவள் வெளிப்படுத்தவும், தூது செல்லும் தோழியானவள், ஆணிடமிருந்து காதல் பரிசுகளை பெற்றுச் சென்று, நாயகியிடம் அளிக்கவேண்டும். இதன் மூலம் அவளின் காதலை மேலும் அதிகரிக்கச் செய்யத் தூண்டவேண்டும்.

அந்தப் பெண்ணுக்கு, அவளை விரும்புகின்ற ஆணுடன் பரிச்சயம் இல்லை என்றால், தூது செல்லும் தோழி, அவனைப்பற்றிய கதைகளைச் சொல்லி புகழ்ந்து தள்ளவேண்டும். 'ஆணுக்கும் பெண்ணுக்கும் பரிச்சயம் இல்லையெனில், அப்பொழுது ஈர்ப்பும் இருக்காது. அப்புறம் எதற்கு தூது தோழி?' என்று கேட்கிறார் ஆடுலகா. பாப்ரைவைரின் சீடர்களோ, 'அவர்களிடையே அதிகப் பழக்கம் இல்லாமல் போனாலும், ஆனால், ஒருவர்மீது ஒருவர் விருப்பம் இருக்கிறது என்று, மிக லேசாகக் குறிப்பால் உணர்த்தியிருந்தாலும் தோழி விடு தூது அவசியம்' என்கிறார்கள்.

'ஆணும், பெண்ணும் பழகி இருக்கிறார்கள். ஆனால் பாசம், பரிவு என்றெல்லாம் எதுவும் இல்லையா? பரவாயில்லை. தோழி விடு தூது எல்லாவற்றையும் பற்றவைக்கும்' என்கிறார் கோணகிபுத்ரர். 'அதிகப் பழக்கமும் இல்லை. பரிவு, பாசம் எதுவும் இல்லையா, பரவாயில்லை. இருவருக்கும் நம்பிக்கையான, திறமையான

தோழிதான் தூது செல்கிறாள் என்றால் வெற்றி நிச்சயம்!' என்கிறார் வாத்ஸ்யாயனர்.

இதுபோன்ற தருணங்களில், தூதுப் பெண் பூ, வெற்றிலை, திரவியங்கள், நகைகள் போன்றவற்றை பெண்ணுக்குப் பரிசாகப் பெற்று வரவேண்டும். அதில் ஆணின் பல் நகம் போன்றவை பட்டிருக்கவேண்டும். கைகள் இணைவதுபோல் மஞ்சளில் வரைந்த துணிகளையும் பரிசளிக்கலாம். ஆண்-பெண் இணைந்திருப்பது போன்ற இலைகள், சிலைகள், காதல் கொப்பளிக்க அவன் எழுதிய கடிதங்கள் ஆகியவற்றை எல்லாம் பெண்ணிடம் காட்டவேண்டும். அவளிடமிருந்தும் அன்பான பரிசுகளை அவனுக்கு எடுத்துச் செல்லவேண்டும். இவ்வாறு பரிசுகள் பரிமாறிக்கொண்ட பிறகு, அவர்கள் சந்திப்பதற்கு தோழி ஏற்பாடுகள் செய்யவேண்டும்.

கோயில்கள், பொருட்காட்சிகள், பூங்காக்கள், நாடகங்கள், திருவிழாக்கள், கல்யாணங்கள் போன்ற இடங்களில், ஆற்றில் குளிக்கச் செல்லும் சமயங்களில்கூட இந்தச் சந்திப்புகள் நடக்கலாம், என்று பாப்ரவரின் சீடர்கள் சொல்கிறார்கள். தவிர, ரணகளத்திலும் கிளுகிளுப்பு கேட்கும்விதமாக இழவு வீடு, இயற்கைச் சீற்றங்களின்போது, கள்வர் பயம் இருக்கும்போது, அந்நிய தேசப் படையெடுப்பின்போதுகூட சந்திப்புக்கு ஏற்பாடு செய்யலாம் என்கிறார்கள்.

கோணகிபுத்ரரோ, 'இதையெல்லாம்விட, பெண் தோழிகளின் வீட்டிலோ, ஜோதிடர் வீட்டிலோ, சாமியார்களின் இடத்திலோ சந்திப்பது மிகவும் நல்லது' என்கிறார். வாத்ஸ்யாயனரோ, 'இதெல்லாம்கூட அவசியமில்லை. எளிதாக நுழையவும் வெளியேறவும் வழி இருக்கவேண்டும். அதுவும், ஏதாவது அசம்பாவிதம், ஆபத்து என்றால் எந்த பிரச்னைகளும் இன்றி ஆண் வெளியேற வசதியாக இருக்கவேண்டும். அது போதும்!' என்கிறார்.

ஆண்-பெண் இருவர் இடையே இருக்கும் ஈர்ப்பு, இச்சை ஆகியவற்றைப் பார்த்து, தன் சொந்த அறிவினால் அவர்களை இணைக்கும் பொறுப்பு முழுவதும் தன்னுடையது என்று தானாக எடுத்துக்கொள்வது ஒருவகை தூது ஆகும். ஆண்-பெண் இடையே அறிமுகம் இல்லாவிட்டாலும், அவர்கள் இருவருக்கும் நல்ல ஜோடிப் பொருத்தம் என்று தோழியாக முடிவு செய்வதும் இதில் அடங்கும். சில சமயங்களில், ஆணும் பெண்ணும் பார்த்துப் பழகிய பிறகு, அவர்களில் யார் வேண்டுமானாலும் மற்றவரிடம் தூது அனுப்பலாம். ஆண் மட்டும்தான் தூது அனுப்பவேண்டும் என்று இல்லை.

மேலே சொன்னதுபோல், முழுமையான தூது செல்லாமல், சில சமயம் முடித்து வைக்க மட்டும் தூது பயன்படும். முன்பே அவர்கள் இருவருக்குக்கிடையே நெருக்கம் ஏற்பட்டிருக்கும். ஆனால் கலந்திருக்க மாட்டார்கள். இது மாதிரி சமயங்களில், கலவிக்கு துணைபுரிய மட்டும் சில சமயம் தூது தேவைப் படலாம்.

இவ்வளவு உதவி எல்லாம்கூட தேவையில்லை. எங்களிடையே வெறும் செய்திப் பரிமாற்றம் நடக்க மட்டும் உதவி தேவை என்று கேட்கலாம். வெறும் கடிதங்கள் எடுத்துச் செல்லவும் அல்லது எங்கு, எப்பொழுது சந்திப்பது போன்ற தகவல்களை மட்டுமே தோழிகள் இருவரிடையே எடுத்துச் செல்வர்.

சில சமயங்களில் ஒரு பெண், ஆணிடம் சென்று, ‘என் கனவில் நாம் இருவரும் கலந்து கொண்டாடினோம்’ என்றெல்லாம் சொல்லி, ‘உன் மனைவிமீது மிகவும் கோபத்தில் இருக்கிறேன்’ என்றெல்லாம் சொல்வாள். தன் நகக்குறி, பல் குறி பட்ட ஏதாவது ஒரு பொருளை, அவனுக்கு நினைவுப் பரிசாகத் தருவாள். ‘என் மேல் உனக்கு ஒரு காலத்தில் ஆசை இருந்தது, என்று எனக்குத் தெரியும். நான் அழகா? உன் மனைவி அழகா?’ என்றெல்லாம் கேட்கவேண்டும். இப்படிச் செல்லும் தூது, ‘தனக்குத் தானே செல்லும் தூது’ வகையில் சேரும். நமக்கு நாமே திட்டம் என்றும் வைத்துக்கொள்ளலாம். இதுபோன்ற பெண்களை, யாரும் அறியாதபடி மிக ரகசியமாகச் சந்தித்துப் பேசவேண்டும்.

சில சமயங்களில், பிறருக்காகத் தூது செல்லும் பெண், தூது சென்று இருக்கிறோம் என்பதை மறந்துவிட்டு, எனக்கே எனக்கு என்று இறங்கிவிடுவதும் உண்டு. பெண்கள் மட்டும்தான் என்று இல்லாமல். சில சமயங்களில், தூது செல்லும் ஆண்களும் இவ்வாறு செய்வது உண்டு.

சில சமயங்களில், ஓர் அப்பாவி இளம்பெண்ணைப்பற்றி அறிந்து கொள்ளும் பெண், எந்த முயற்சிகளும் இன்றி அவளைப்பற்றி அறிந்துகொள்வாள். அவளுக்கும், அவள் கணவனுக்கும் இருக்கும் உறவின் நெருக்கத்தைப்பற்றியும், பிரச்னைகளைப்பற்றியும் அறிந்துகொள்வாள். பிறகு, அவளுக்குக் கணவனிடம் எப்படி நடந்துகொள்வது, எப்பொழுது கோபம் கொள்வது, எப்பொழுது கோபம் வந்ததுபோல் நடந்துகொள்வது, எப்படி அலங்காரம் செய்துகொள்வது, பல் அல்லது நகக் குறிகளை அவள் உடல் மேல் ஏற்படுத்தி, அதை அவனுக்குக் காட்டி எப்படி அவனுக்கு அவள்மேல் ஆசையைக் கிளப்புவது என்றெல்லாம் சொல்லித் தருவாள். இது, ‘அப்பாவி மனைவிக்காகச் செல்லும் தூது’ எனப்படும்.

சில அதிர்ஷ்டசாலிகள், பிற பெண்களை வளைப்பதற்குத் தூதாக தன் மனைவியையே அனுப்புவர். அவளும், தனது கணவனின் பெருமைகளைச் சொல்லி, அப் பெண்ணின் முடிவையும் தெரிந்து வருவாள். இது, 'மனைவி விடு தூது' எனப்படும்.

சில சமயங்களில், ஏதாவது ஒரு காரணம் சொல்லி, யாரையாவது ஒரு பெண்ணைக் காண அனுப்பிவிட்டு, பூக்களின் நடுவே கடிதம் என்பதுபோல், அவர்கள் அறியாதபடி, அவர்கள் மூலமாகவே செய்தி அனுப்பி பதிலும் பெறுவார்கள். இது 'ஊமை விடு தூது' எனப்படும்.

சில சமயங்களில், தூதாக எடுத்துச் செல்லப்படும் சேதியில், இரட்டை அர்த்தம் இருக்கும். அதில் உள்ள பொருள் மற்றவர்களுக்குப் புரியாதவாறு இருக்கும். இது 'காற்று வழித் தூது' எனப்படும்.

இப்படிப் பலவகை தூது இருப்பதுபோல், யாரைத் தூது அனுப்பலாம் என்றும் இருக்கிறது. பெண் ஜோதிடர், பணிப் பெண் போன்றவர்களைத் தூதுவர்களாகப் பயன்படுத்தலாம். இவர்களால் வெகு சீக்கிரம் ஒரு பெண்ணின் நம்பிக்கையைப் பெற முடியும். இவர்கள் நினைத்தால், இருவர் இடையே சண்டை மூட்டி பிரித்து விடவும் முடியும்.

அதுவும், 'உன்னை விடச் சிறந்தவர்கள் எல்லாம் விரும்பினாலும், அது என்னவோ உன் மேல்தான் எவ்வளவு காதல்! அது மட்டுமா? கூடல் கலையில், சரியான கில்லி' என்றெல்லாம் சொல்லி காதலை அதிகப்படுத்தவும் இவர்களால் முடியும்.

ஒரு திறமையான தோழியினால், அவனை மதிக்காத பெண்ணையும், நம்மைவிட மேலானவள், நம்மால் அடைய முடியாது என்று நினைத்த பெண்ணையும்கூட, வெற்றிகரமாகச் சேர்த்துவைக்க உதவ முடியும். அதேபோல், காரணம் எதுவாக இருந்தாலும், பிரிந்து சென்ற ஆணை மீண்டும் அந்தப் பெண்ணிடம் கொண்டு வந்து சேர்க்கவும் அவளால் முடியும்.

27. பயிரை மேயும் வேலிகள்

அரசன் எவ்வழியோ மக்கள் அவ்வழி. இது, அரசனுக்கு மட்டும் பொருந்துவதில்லை. சமூகத்தில் நல்ல அந்தஸ்தில் இருப்பவர்கள் அனைவருக்கும் பொருந்தும். வாழ்வில் பெரும்பாலானோர், இவர்களை முன்மாதிரியாக வைத்து வாழ்ந்து வருவார்கள். மேலும், பொது வாழ்க்கையில் இருப்பதால், இவர்களின் வாழ்க்கையில் அந்தரங்கம், ரகசியம் என்றும் எதுவும் இருப்பதில்லை.

இந்தக் காரணங்களினால், பொது வாழ்க்கையில் முக்கியமான பொறுப்பில் இருப்பவர்கள், பழி பாவம் வந்து சேரும் படியான தவறான காரியங்களில் ஈடுபடக் கூடாது. பொது வாழ்க்கையில் இருப்பவன் தவறு செய்யக்கூடாதுதான். ஆனால் தெய்வங்களே மாற்றான் மனைவிமீது மோகம் கொள்கின்றன. மனிதன் எம்மாத்திரம். தவறு செய்பவன் தானே மனிதன். பொது வாழ்வில் இருந்தாலும், நானும் மனிதன்தானே என்று தவறு செய்யும்பொழுது, மிகக் கவனமாகத் தவறு செய்யவேண்டும்!

கிராமத்தின் தலைவன், அரசாங்க அதிகாரி, ஊருக்காக உழைப்பவன் போன்றோரெல்லாம், அவர்கள் விரும்பும் பெண்ணிடம், வருவாயா என்று மட்டும் கேட்டால் போதும். உடனே வந்து விடுவார்கள். இப்படி அழைத்தவுடன் வந்து விடுவதால், அவர்களைக் கற்பில்லாதவர்கள் என்று கணிகையரே குற்றம் சாட்டுவர்.

கூலி வேலைக்கு வரும்போது, வீட்டில், கிடங்குகளில் தானியத்தைச் சேமிக்க வரும்போது, வீட்டைச் சுத்தம் செய்யும்போது, வயல்களில் வேலை செய்யும்போது, பொருள்களைச் சந்தையில் வாங்கி விற்கும்போது என்று, ஏதாவது வேலை நேரத்தில், வருவாயா எனக் கூப்பிட்டு, விளையாடி முடித்துவிடுவார்கள்.

வேலியே பயிரை மேய்வதுபோல, மாட்டுத் தொழுவத்தில் வேலை செய்யும் பெண்களை, மாட்டுத் தொழுவத்தை பார்த்துக் கொள்பவர்களும், விதவைகளையும், கணவனைப் பிரிந்தவர்களையும், ஆதரவில்லாத பெண்களையும் பராமரிக்க நியமிக்கப்பட்ட அதிகாரிகளே அந்தப் பெண்களை, அவர்கள் விருப்பத்துக்கு உணவாக்கிவிடுவார்கள். அதிலும், இதில் மிகவும் சாமர்த்திய மானவர்கள், ஊர் அடங்கிய பிறகு, அவனவன் அவன் மனைவியுடன் மகிழ்ச்சியாக இருக்கும் இரவு நேரத்தில்தான், இதுபோன்ற காரியங்களில் ஈடுபடுவார்கள்.

அதிகாரிகள் என்றால் இப்படி! சரி, அரசன் என்ன செய்வான்? அரசன் ஆசைப்பட்ட பெண்ணை அந்தப்புரத்துக்கு வர வைக்கவேண்டும். அரசனிடம் வேலை செய்யும் பெண் ஒருத்தி, அந்தப்புரத்துக்கு வந்த பெண்ணுக்கு, அரண்மனையையும் அந்தப்புரத்தையும் நன்றாக சுற்றிக் காட்டவேண்டும். அரண்மனையின் ஆடம்பரத்தில் அவள் மயங்கிய பிறகு, தனிமையில், 'அரசனுக்கு அவள் மேல் ஆசை' என்றும், 'ஆசைப்பட்ட அரசனுக்கு ஆமாம் என்று சொன்னால், அதிர்ஷ்டம் கொட்டும்' என்றும், 'அனைத்தும் மிக ரகசியமாக இருக்கும்' என்றும் சத்தியம் செய்து தரவேண்டும்.

அரசன் என்றாலும், சூஇதெல்லாம் அசிங்கம், அபச்சாரம், அநியாயம்' என்று, அந்தப் பெண் முரண்டு பிடித்தால், மறுத்தால், அவளைச் சமாதானப்படுத்தி, மன்னிப்பாயா என்று கேட்டு, அவளுக்கு அன்புடன் பரிசுகள் எல்லாம் கொடுத்து பத்திரமாக அனுப்பி வைத்துவிடவேண்டும்.

அரசன் ஆசைப்படும் பெண்ணை, பலவழிகளில் அந்தப்புரத்துக்கு வர வைக்கலாம். அரசனின் பணிப்பெண், அந்தப் பெண்ணுடன் நட்பாகப் பழகி, பண்டிகை, விழாக் காலங்களில் அந்தப்புரத்துக்கு வா என்று

அழைப்பு விடுக்கலாம். அரசனின் பணிப்பெண்தான் என்று இல்லாமல், அரசியோ அல்லது அரசியின் பணிப்பெண்ணும்கூட, 'அரசியாரின் கலைத் திறமையைப் பார்க்க வா!' என்று, அந்தப் பெண்ணை அந்தப்புரத்துக்கு அழைக்கலாம். அந்தப் பெண்ணின் கணவனிடமும், அந்தப்புரத்துக்கு அழைப்பதற்கு அனுமதி பெறலாம். (கணவனின் அனுமதி, அந்தப்புரத்துக்கு அழைத்துச் செல்ல மட்டும்தான். அரசனுக்கு விருந்தாக்க அல்ல.) இப்படி யார் என்ன சொல்லி அந்தப் பெண்ணை அந்தப்புரத்துக்கு அழைத்து வந்தாலும், அரசனின் ஆசையைப்பற்றி அந்தப் பெண்ணிடம், அரசனின் பணிப்பெண்தான் பேசவேண்டும்.

அரசனிடம் ஆதாயம் தேடுபவர்கள், அரசனால் அல்லது அவனது அமைச்சர்களால் ஆபத்தில் இருப்பவர்கள், எதிரிகளுக்கு அரசனால் ஆபத்தை விளைவிக்க விரும்புகிறவர்கள், வறுமையில் வாடுபவர்கள், சமுதாயத்தில் முன்னேற விரும்புகிறவர்கள், புகழ் பெற விரும்புகிறவர்கள் என, இப்படிப்பட்டவர்களின் பெண்கள் அல்லது அவர்களின் மனைவிகளையும்கூட, அரசன் ஆசைப்பட்டால் எளிதாக அடையலாம்.

இவர்களிடம் எல்லாம் சென்று, 'நாட்டையே காக்கும் அரசன் மிக நல்லவர். அவர் உனக்கிருக்கும் ஆபத்திலிருந்து உன்னைக் காப்பார். உனக்கு வேண்டும் உதவியைச் செய்வார். உன்னை அந்தப்புரத்துக்கு அழைத்துச் செல்கிறேன். அரசியிடம் உன் பிரச்னையைச் சொல்' என்றெல்லாம் சொல்லி, அந்தப்புரத்துக்கு அழைத்துச் செல்ல வேண்டும். அரசியும், அவளுக்குத் தகுந்த வாக்குறுதிகள் கொடுக்க வேண்டும். வாக்கில் மயங்கியவளை மீண்டும் அந்தப்புரம் வரச் செய்து, அரசனின் பணிப்பெண்ணை தூது அனுப்பவேண்டும்.

இதைத் தவிர வேறு ஏதாவது வழிகள் இருக்கிறதா? ஏன் இல்லாமல்? அரசன் ஆசைப்படும் பெண், கணவன் அல்லாத இன்னொரு ஆணுடன் வாழ்ந்து வருகிறாளா? இது மிகப் பெரிய குற்றம் ஆயிற்றே என்று அவளைக் கைது செய்து அந்தப்புரத்தில் சிறை வைத்து விடலாம். ஆனால், அந்தப் பெண் கணவனுடன்தான் வசிக்கிறாள். என்ன செய்யலாம்? அரசனின் தூதுவன், அந்தப் பெண்ணின் கணவனிடம் வேண்டுமென்றே வம்புக்கு இழுக்கலாம். சண்டை போடலாம். பிறகென்ன, அரசனின் எதிரியின் மனைவி என்று அவளுக்கு அந்தப்புர சிறைதான்.

இப்படி என்ன செய்தாவது, அரசன் ஆசைப்படும் பெண்ணை அந்தப்புரத்துக்கு வரவைக்க வேண்டுமே தவிர, தப்பித் தவறிக்கூட அரசன்தானே என்று அகங்காரத்தில் அந்தப்புரம் தாண்டக்கூடாது.

அதுவும் அந்தப் பெண்ணின் வீட்டுக்குள் காலடி எடுத்து வைக்கவேகூடாது. இப்படித்தான், வேறு ஒருவனின் வீட்டுக்குள் நுழைந்த கோத்த இராஜன் அபிராவை, ஒரு சலவைத் தொழிலாளி கொன்றுவிட்டான். காசியின் அரசன் ஜெயாசனாவை, அவனது படை வீரர்களே கொன்று விட்டார்கள். முதலைக்கு தண்ணீரில்தான் பலம். அரசனுக்கு அவனின் அந்தப்புரத்தில்தான் பாதுகாப்பு. அடுத்தவன் மனைவிக்கு ஆசைப்பட்டு, அடுத்தவன் வீட்டில் அத்து மீறி நுழைந்தால், அவன் உயிருக்கு உத்தரவாதம் இல்லை.

இவ்வளவு பிரச்னைகள் எதற்கு என்று, சில தேசங்களில், அடுத்தவன் மனைவியை அரசன் அடைய எளிதான வழிவகைகள் செய்து வைத்திருக்கிறார்கள். ஆந்திர தேசத்தில், கல்யாணமான பத்தாவது நாள், பரிசுகளுடன் புதிய மணப் பெண்ணையே பரிசாக, அரசனுக்காக அந்தப்புரத்துக்கு அனுப்பி வைக்கிறார்கள். வஸ்தகுல்மாஸ் தேசத்தில், அமைச்சரின் மனைவிகளே, 'அரசே ஆசையா?' என்று கேட்கிறார்கள். விதர்ப நாட்டில், அரசன் மேல் பாசம், பக்தி, அவனுக்குச் சேவை செய்கிறோம் என்ற போர்வையில், அழகான மனைவிகள் எல்லாம் ஒரு மாத காலம் அரசனின் போர்வைக்குள் கழிக்கிறார்கள். அபராதிக தேசத்தில், அரசனுக்கு மட்டுமில்லாமல் அமைச்சர்களுக்குக்கூட தங்களின் அழகான மனைவிகளை பரிசாகக் கொடுக்கிறார்கள். சௌராஷ்டிர தேசத்தில், அரசனின் ஆசைக்கு இணங்கி,
பெண்களே அந்தப்புரத்துக்கு வந்து சென்றுவிடுவார்கள்.

இப்படியெல்லாம், பல்வேறு தேசங்களில் பல்வேறு அரசர்கள் அடுத்தவன் மனைவிக்கு ஆசைப்பட்டு அசிங்கமாக நடந்து கொள்ளலாம். ஆனால், தன் குடிமக்களின் நலனை மனத்தில் வைத்திருக்கும் அரசன், மற்றவன் மனைவிக்கு மனத்தில் இடம் தரக்கூடாது. காமம், குரோதம், கோபம், பேராசை போன்றவற்றை எல்லாம் வென்ற அரசன் உலகையாளும் பேரரசன் ஆகி விடுகிறான்.

28. அழைப்பது ஆபத்தா? அந்தப்புரமா?

ஓர் ஊரில், ஒரே ஒரு ராஜாதான் இருப்பார். ஆனால், அவரது அந்தப் புரத்தில் பல மனைவிகள், பல ஆசை நாயகிகள் இருப்பர். அந்தப்புரத்தில் இருக்கும் அனைத்துப் பெண்களுக்கும் ராஜாதான் கணவர், புருஷர் எல்லாம். ஒரே ராஜா பல தேசங்களை ஆளலாம். 'என்னுடைய பிரதிநிதியாக நீங்கள் இந்த ஊரை ஆண்டு வாருங்கள்' என்று யாரிடமாவது சொல்லலாம். ஆனால் மனைவியர் விஷயத்தில் அப்படிச் சொல்லமுடியுமா? அட, அது அபச்சாரம், அசிங்கம் அல்லவா.

சிலருக்கு, தினமும் இட்லி அல்லது தோசைதான்வேண்டும் என்பதுபோல் ராஜாவுக்கு ஒரு சிலரை மட்டும் பிடித் திருக்கலாம். மற்றவர்களை ராஜாவுக்கு அவ்வளவாகப் பிடிக்கும் என்றும் சொல்ல முடியாது. இன்று இவள், நாளை அவள், என்று திட்டமிட்டு இடஒதுக்கீடு செய்யலாம்தான். ஆனால் ஒதுக்கீடு எப்பொழுது, யாரைத் திருப்திப்படுத்தி இருக்கிறது? அப்படியே இருந்தாலும், அடுத்து தன்னுடைய முறை வரும்வரை,

மனைவியருக்கு லட்டு சாப்பிடும் ஆசை வராது என்பதற்கு என்ன கியாரண்டி. சரி, ஒரு நாளுக்கு ஒருவர் என்றால்தானே இடைவெளி அதிகமாகிறது. ஏதாவது மருந்து மாத்திரை சாப்பிட்டு, ஒன்றுக்கு மேற்பட்டவரை ஒரே நாள் கட்டியணைத்தால் என்ன? அணைக்கலாம்தான். ஆனால், ஆனந்தம் இருக்குமா? கடமைக்குச் செய்வதுபோல் ஆகிவிடுவதற்கும் அதிக வாய்ப்பிருக்கிறதே.

என்ன பிரச்னை என்று புரிகிறது அல்லவா? கணவனின் துணையோடுதான் காமனை வென்றாகவேண்டும். ஆனால் கணவன் கவனிக்காதபோது மனைவி பசியை தீர்த்துக்கொள்வது எப்படி? வீட்டுச்சாப்பாடுதான் சரியில்லை. சரி, வெளிச்சாப்பாடு சாப்பிடலாம். ஆனால், வெளியிலேயே செல்ல முடியாவிட்டால்? நாட்டுக்குத் தகுந்த பாதுகாப்பு இருக்கிறதோ இல்லையோ அந்தப்புரத்துக்கு உச்சபட்ச பாதுகாப்பு உண்டு. யாரும் உள்ளே வரமுடியாது. பார்சல்... டோர் டெலிவரி எல்லாமும் மிகக் கஷ்டம். அந்தப்புர பெண்களும் நினைத்த மாத்திரத்துக்கு வெளியே போய்வரமுடியாது. வெளியில் போய் சாப்பிட்டு வருவதும் கஷ்டம். என்னதான் செய்வது? நிஜமான ஆண் கிடைக்காவிட்டால் என்ன? போலி ஆண்களை உருவாக்கலாம். பெண்களுக்கு ஆண்களைப்போல் வேடமணிய வைத்து, லிங்க உருவில் இருக்கும் ஏதாவது பொருளைப் பயன்படுத்தலாம். லிங்கம் வெளிப்படையாகத் தெரியும் சிலைகளின் அடியில் படுத்துக் கொள்ளலாம். ஆனால், இந்த செயற்கை எல்லாம் இயற்கைக்கு ஈடாகுமா? சப்பாத்தி சப்பாத்திதான். பூரி பூரிதான்.

ஒரே வழிதான். வேறு வழி இல்லை. யாராவது ஒருவனை ரகசியமாக அந்தப்புரத்துக்குள் வரவைத்தே ஆகவேண்டும். யாராவது ஒருவரின் ரகசியத்தை அறிந்துகொண்டு, அவனை அந்தப்புரத்துக்குள் வர வைக்க முயற்சிகள் எடுக்கவேண்டும்.

அந்தப்புரத்தில் அவனுக்காகக் காத்திருக்கும் அதிர்ஷ்டத்தைப் பற்றியெல்லாம் எடுத்துச் சொல்லவேண்டும். அந்தப்புரத்தின் அமைப்பு, எப்படி இருக்கும், எவ்வளவு பெரிது, எங்கு எப்படி நுழையலாம், வெளியேறலாம்,காவலாளர்களின் கவனக்குறைவு, வேலையாள்களின் ஒழுங்கின்மைபற்றி எல்லாம் சொல்லி, அந்தப்புர ஆசையை அதிகப்படுத்தவேண்டும். ஆனால், மிக முக்கியமாக, அவனை எப்படியாவது அந்தப்புரத்துக்குள் வரவைக்கவேண்டும் என்பதற்காக, அந்தப்புரத்தைப்பற்றிச் சொல்லும்போது, தவறான தகவல்களையோ, பொய்யோ சொல்லக்கூடாது. அந்தத் தவறான தகவல்கள், அவன் உயிருக்கே ஆபத்தானதாக முடிந்து விடலாம்.

என்னதான் அந்தப்புரக் காவல் தூங்கி வழிந்து, பாதுகாப்பில்லாமல், போய் வருவது எளிதாக இருந்தாலும், அந்தப்புரத்தின் பக்கம் தலை வைத்து படுப்பதில், தலையே போய்விடும் ஆபத்து இருக்கிறது. ஆனால், ஆபத்து இல்லாமல் ஆனந்தம் ஏது? அதிர்ஷ்டம் ஏது? அந்தப்புரமே வா வா என்று அழைக்கும்போது போகாமல் இருப்பதா, போய்த்தான் பார்ப்போம் என்று முடிவுக்கு வருமுன் ஒரு சிலவற்றை ஆராயவேண்டும்.

அந்தப்புரத்தினுள் எளிதாக உள்ளே நுழைய முடிவதுபோல், வெளியேறுவதும் எளிதாக இருக்குமா? காவலாளிகள் கவனம் இல்லாமல்தான் இருக்கிறார்களா? ராஜா, வெளியூர் போய் இருக்கிறாரா? சுற்றுப்புறம் எப்படி இருக்கிறது? அந்தப்புர மகளிர் சொன்ன வழிகள் எல்லாம் எப்படி இருக்கிறது என்று சரி பார்க்கவேண்டும். இதற்குப் பிறகு, அந்தப்புரத்தைச் சுற்றிச் சுற்றி வந்து, காவலாளர்களிடம் நட்பை வளர்த்துக்கொள்ளவேண்டும். அங்கே, இவன் மேல் சந்தேகப்படுபவர்கள் முன்பாக, பணிப் பெண்களுடன் நெருக்கமாக இருப்பதுபோல் காட்டிக்கொள்ள வேண்டும். அதாவது பணிப்பெண்களின் மீதுதான் பாசமே தவிர மற்ற பெண்கள்மீது அல்ல என்று காட்டுவதற்காக. சந்தேகம் வராத காவலாளர்கள் முன், 'கைக்கு எட்டாத அந்தப்புரம்' என்று பெருமூச்சு விடவேண்டும்.

இதற்கிடையே, மன்னரின் ஆட்கள் யார் யார் என்று நன்றாக அடையாளம் தெரிந்துகொள்ளவேண்டும். அந்தப்புர பெண்களிடம் தூது சென்று வர, ஒரு பெண்ணையும் தயார் செய்துகொள்ள வேண்டும். தூது செல்ல யாரும் இல்லையென்றால், ஆசைப்படும் அந்தப்புர பெண்ணின் கண் பார்வையில் அடிக்கடி படும்படியாக நிற்க, தெருவோரம், வீட்டு வாசல், ஜன்னல் என்று இடங்களா இல்லை? அந்த இடத்தில் யாராவது காவலாளி நின்று இருந்தால்? அவ்வை சண்முகிதான்! பெண் வேடமிட வேண்டியதுதான். அந்த அந்தப்புரப் பெண்ணுக்கு, பெண் வேஷத்தில் நிற்பது நம்மாள் தான் என்று தெரியவேண்டும். அவள் பார்க்கும்போது, எண்ணங்களையும், ஆசைகளையும், சைகைகள், படங்கள், பூக்கள் என்று அனைத்துவகையிலும் தெரியப்படுத்தவேண்டும். அவள் சொல்லும் குறிப்புகளையும் சரியாகப் புரிந்துகொண்டு குறித்து வைத்துக்கொள்ள வேண்டும். அவள் நிச்சயம் ஓர் இடத்துக்கு வருவாள் என்று தெரிந்தால், அங்கு அவளுக்கு முன் சென்று மறைந்து இருக்க வேண்டும். அவளின் காவலரோடு கலந்து சென்று விடவேண்டும். சில சமயம் மடித்த வைத்த மெத்தையினுள் அமர்ந்தாவது சென்று விடவேண்டும்.

இதில் எல்லாம் நம்பிக்கை இல்லாதவர்கள், அந்தப்புரத்தில் பண்டிகைக் காலங்களில் உள்ளே நுழைய முயற்சிக்கலாம். ஏதாவது பொருள்களை அந்தப்புரத்துக்குள்ளே கொண்டுபோகும்போது, வெளியே கொண்டுவரும்போது, சோம பானம் பருகும் விழாக்களின் போது, பணியாள்கள் அவசரத்தில் இருக்கும்போது, அந்தப்புர மகளிர் தங்குமிடம் மாறும்போது, அரசிகள் பூங்காக்களுக்குச் செல்லும்போது, ராஜா இல்லாத சமயங்களில்... என்று ஏதாவது ஒரு சமயத்தில்தான் அந்தப்புரத்தில் ஆஜர் ஆகவேண்டும்.

பெண்களிடத்தில் ஏதாவது ரகசியம் தங்குமா? அந்தப்புரத்தில் எல்லா ரகசியங்களும் எல்லாருக்கும் தெரியும். இன்னும் சொல்லப் போனால் அங்கு ரகசியமென்று எதுவும் இல்லை என்றே சொல்லலாம். நெல்லுக்குப் பாயும் நீர் புல்லுக்குப் பாயும். ஆனால், இங்கு நெல்லுக்குப் பாயும் நீர், பக்கத்தில் இருக்கும் மற்ற பயிர்களுக்கும் பாய்ந்தாகவேண்டும். அந்தப்புரத்தில் ஆணின் தேவை ஒருவருக்கு மட்டும் இருப்பதில்லை. எனக்குக் கிடைக்கவில்லை என்றால் யாருக்கும் கிடைக்காமல் போகட்டும் என்று கோபத்தில் எவளாவது போட்டுக் கொடுத்துவிட்டால்... இது போன்ற பிரச்னைகளைத் தவிர்க்க, ஒரு பெண்ணுக்காக உள்ளே செல்லும் ஆண், ஒன்றுக்கும் மேற்பட்ட பெண்களை திருப்திப்படுத்தியே ஆகவேண்டும். ஒரே கல்லில் பல மாங்காய்கள். அந்தப்புரத்தில், அனைவருக்கும் அவரவர் கஷ்டம் தெரியும். யாராவது சந்தோஷமாக இருந்துவிட்டுப்போகட்டும் என்று யாருக்கும் சொல்லாமல் இருக்கும்வரை பிரச்னையில்லை.

அபாரதகா ராஜ்ஜியத்தில், அரச குலப் பெண்களுக்குப் பாதுகாப்பே கிடையாது. அந்தப்புரத்துக்குள், இளைஞர்கள் வருவதும் போவதுமாகத்தான் இருப்பார்கள். அகிர தேசத்தில், அரசிகள், ஷத்திரிய காவலாளிகளை கணவனாக்கி விடுவார்கள். வஸ்தகுலமாஸ் தேசத்திலோ, பெண் தோழிகளுடன் ஆண்கள் அந்தப்புரத்தில் ஐக்கியமாகி விடுவார்கள். விதர்ப தேசத்தில், அரச குலப் பெண்களின் மகன்களே, அந்தப்புரத்தில் நுழைந்து, தன் தாயை விடுத்து மற்றவர்களை தாரமாக்கி விடுகிறார்கள். ஸ்ரீ நாட்டில், அரசனின் உறவினர்களே, அரசிகளுடன் ஆட்டம் போடுகின்றனர். காந்தார தேசத்தில், அந்தப்புர மகளிரை, பிராமணன், நண்பர்கள், வேலையாள்கள், அடிமைகள் என்று வித்தியாசம் இல்லாமல் அனைவரும் வேட்டையாடுகின்றனர். சம்தேவ தேசத்தில், வேலையாள்கள், தத்துப் பிள்ளைகள் புகுந்து விடுகின்றனர். ஹிமாவத தேசத்தில், காவலாளிகளை நன்றாகக் கவனித்துவிட்டு, அந்தப் புரத்தில் ஆண்கள் ஐக்கியமாகி விடுகின்றனர். வான்யவிலும், காம்யா

தேசத்திலும், 'பூ கொடுத்துவிட்டு வருகிறோம்!' என்று அரசனிடம் சொல்லிவிட்டு, அந்தப்புரத்துக்குச் செல்லும் பிராமணர், பூவையரைக் கசக்கிவிடுகின்றனர். பிரச்ய ராஜ்ஜியத்திலோ, ஒன்பது அல்லது பத்து பெண்களுக்கு ஒருவன் என்ற கணக்கில், ஆண்களை அந்தப் புரத்தினுள்ளே ஒளித்து வைத்திருக்கின்றனர்.

இப்படியெல்லாம், உலகம் பொதுவாகக் கேடு கெட்டு இருப்பதால், ஒருவன் அவனின் மனைவியைப் பாதுகாத்துக் கொள்வது அவசிய மாகிறது. அரசன் தன் அந்தப்புரத்துக்கு காவலாளிகளைத் தேர்ந்தெடுப்பதில் அதிகக் கவனம் செலுத்தவேண்டும். காவலாளிகள் காமத்தைக் கடந்தவர்களாக இருப்பது மிகவும் அவசியம். வேலியே பயிரை மேயாமல் இருப்பது சரிதான். ஆனால், வேலி தன் வேலையை ஒழுங்காகச் செய்யவேண்டுமே. கவனக்குறைவின் காரணமாகவோ அல்லது பயமுறுத்தல், மிரட்டல் போன்ற காரணங்களால் அந்தப்புரத்துக்குள் யாரையாவது விட்டு விட்டால்? அந்தப்புர காவலனைத் தேர்ந்தெடுக்கும்போது இதையெல்லாம் கணக்கில்கொள்ளவேண்டும் என்று கோணர்தியர் சொல்கிறார். வாத்ஸ்யாயனரோ, 'இது மட்டுமில்லாமல் காவலன் தர்மத்துக்கு மதிப்புக் கொடுத்து, அதற்குக் கட்டுப்பட்டவனாக நடந்து கொள்வானா என்பதையும் பார்க்கவேண்டும்' என்கிறார்.

பலரைப்பற்றிய ரகசியங்களையும் எளிதாக அறிந்துகொள்ளும் இளம் பெண்ணுடன், தன் மனைவியை நட்பு பாராட்ட வைத்து, அந்த இளம்பெண்ணின் மூலம், தன் மனைவியின் கற்பு கெடாமல் இருக்கிறதா என்று ஒரு கணவன் அறிந்துகொள்ளலாம் என்று பாப்ரைவரின் சீடர்கள் சொல்கிறார்கள். ஆனால் வாத்ஸ்யாயனரோ, அற்ப பதர்களே, கொடிய வஞ்சகர்கள் எப்படியாவது மற்றவன் மனைவியை மடக்கி விடுவார்கள். இப்படியிருக்க அப்பாவி மனைவியை பெண் பாதகிகளுடன் பழக விடலாமா, விடக்கூடாது என்கிறார்.

அதிகப் பேரோடு அவசியமின்றிப் பழகுவது, சுயக் கட்டுப்பாடு இல்லாமல் இருப்பது, மற்ற ஆடவரின் மேல் ஆசை கொள்வது, அந்நிய தேசத்தில் வாழ்வது, சேர்வார் சேர்க்கை சரியில்லாமல், மோசமான குணம் உடைய பெண்களுடன் நட்பு கொண்டாடுவது போன்ற காரணங்களால், ஒரு நல்ல பெண் அவளின் கற்பை இழந்து களங்கம் அடையக்கூடும். சில சமயங்களில், அவள் கற்பு காணாமல் போவதற்கு அவளின் கணவனே காரணமாகலாம். அவனின் பொறாமை, தீய பழக்க வழக்கங்கள், அவளின் காதலுக்கும் உணர்ச்சிகளுக்கும் கொஞ்சமும் மதிப்பு கொடுக்காமல் மூர்க்கமாகவும்

மூடனாகவும் நடந்துகொள்வது, அவளை விட்டுத் தொடர்ந்து நீண்ட நாள் பிரிந்திருப்பது போன்றவை எல்லாம் பெண் கற்பிழக்கக் காரணம் ஆகலாம்.

மற்றவர்கள் மனைவியை வெல்வது எப்படி என்று சாஸ்திரங்களைப் படித்து தெரிந்துகொள்ளும் புத்திசாலிக்கு, தன் மனைவிகளைக் கட்டிக் காப்பது கடினமானது அல்ல. யாராக இருந்தாலும் மற்றவன் மனைவியின்மீது ஆசைகொள்வது, அவளை அடைந்தே தீருவது போன்ற முயற்சிகளில் எல்லாம் இறங்கவேகூடாது. ஏனெனில், அப்படிப்பட்ட முயற்சிகள் எல்லாம், எல்லா சமயமும் திருவினையாவதில்லை. சில சமயங்களில், விவகாரமாகவும்; பல சமயங்களில் வில்லங்கமாகவும்; எல்லா சமயங்களிலும் தர்மத்துக்கும் அர்த்தாவுக்கும் அழிவையே தேடித் தருகின்றன. இந்தப் புத்தகம் மக்களுக்கு நல்லதைக் கற்பிக்கவும், அவர்கள் மனைவியை காத்துக்கொள்ளத்தான் பயன்படுத்தப்பட வேண்டுமே தவிர மற்றவன் மனைவியை அடைய பயன்படுத்தக்கூடாது.

பாகம் 6

29. கணிகையர்

இரண்டாயிரம் வருடங்களுக்கு முன்னர், 'தத்தகர்' என்பவர், பாடலிபுத்ர பெண்களின் வேண்டுகோளுக்கு இணங்கி, கணிகைகள் எப்படி இருக்க வேண்டும், அவர்களுக்கான வரை முறைகள், விதிமுறைகளைப்பற்றி யெல்லாம் புத்தகம் எழுதினார். அந்தப் புத்தகத்தை அடிப்படையாக வைத்தே, வாத்ஸ்யாயனர் காமசூத்திராவில் கணிகைகளைப்பற்றி எழுதியுள்ளார். தத்தகர் எழுதிய புத்தகம் இன்று இல்லை. ஆனால் வாத்ஸ்யாயனரின் எழுத்து, தத்தகர் எழுதியதற்கு எந்த விதத்திலும் குறைந்தது அல்ல.

அதற்கு மட்டும் அல்ல. கணிகையர்களின் உள்ளுணர்வு, நுண்ணறிவு, உலக அறிவு, ரசனை, ஆண்களைப்பற்றிய அவர்களின் புரிதல் எண்ணங்கள், சிந்தனைகள் என்று வாத்ஸ்யாயனர் தொட்டிருக்கும் உயரம், தெளிவான விளக்கமான விவரிப்பு எல்லாம் இன்றும் உலகின் எந்த மூலையிலும் எந்த மொழியிலும் இல்லை.

இப்படி ஒரு சிறப்புக்கு ஹிந்து சமுதாயமும் ஒரு காரணம். கணிகையர், விலைமாதர், தேவதாசி, பரத்தை, ஆடல் மகளிர் என்று பலவாறாக அழைக்கப்பட்டாலும், அவர்கள் நீதி, நியாயம், தர்மத்துக்கு உட்பட்டு நடந்துகொண்டதால், ஹிந்து சமூகம் அவர்களை உரிய மரியாதையுடனே நடத்தியது. உலகின் வேறு எந்தப் பகுதிகளிலும் அவர்களுக்கு இவ்வளவு முக்கியத்துவமும் மதிப்பும் கொடுக்கப்படவில்லை.

அது மட்டுமில்லாமல், இளம்பெண்கள் அல்லது திருமணமான பெண்களைவிட, நன்கு கற்ற கணிகையருடன் நட்பு பாராட்டிப் பழகுவதை அக்கால சமூகம் மேலானதாகக் கருதி ஆதரவளித்தது. இதையெல்லாம் கருத்தில் கொண்டால், ஹிந்து சமூகத்தின் அக வாழ்வைப்பற்றிய எந்த நூலும், கணிகையைரைப்பற்றிக் குறிப்பிடாமல் முழுமையடையாது.

பெண்களில், கற்புடைப் பெண்டிர், கற்பில்லாதவர்கள் என்று இரு பிரிவுக்கும் இடையே மோதல் பூசல் எல்லாம் உண்டு. கற்புடைப் பெண்டிருக்கு, நாங்கள் மேலானவர்கள் என்ற எண்ணமும் உண்டு. சில பெண்கள் பிறப்பிலே கணிகையராக இருக்கலாம். ஆனால், அனைத்துப் பெண்களுக்கும் கணிகையரின் குணம் சற்றே லேசாக உண்டு என்று சொல்பவர்களும் இருக்கிறார்கள். 'யாரைப் பார்த்து என்ன வார்த்தை சொன்னாய்?' என்று நாக்கைத் துருத்தும் முன்னர், அவர்கள் ஏன் அப்படிச் சொல்கிறார்கள் என்றும் பார்த்துவிடலாம். ஆணை ஈர்க்கவேண்டும். தன் அழகால், அறிவால் வசப்படுத்த வேண்டும் என்ற ஆசை இல்லாத பெண் உண்டா? அதைத்தானே கணிகையரும் செய்கிறார்கள். என்னவென்றால், அவர்கள் அதை மட்டுமே முழுமுதற் கொள்கையாகவும் தொழிலாகவும் வைத்திருக்கிறார்கள்!

ஆண்களோடு உறவு வைத்துக்கொள்வதன் மூலம், இன்பம் மட்டுமில்லாமல் வாழ்க்கையை வாழத் தேவையான பொருளையும் கணிகையர் பெறுகின்றனர். சில சமயம் அந்த ஆண் மேல் கொண்ட காதல் உண்மையாகவும் இருக்கலாம். அப்பொழுது அந்த உறவும், கூடலும் இயற்கையாகவும் விருப்பத்துடனும் இருக்கும்.

சில சமயங்களில், காதல் இல்லாவிட்டாலும் பொருளை மனத்தில் வைத்து, கூடலில் கலந்திருக்கலாம். அது செயற்கையானதாக விருப்பமற்றதாக இருந்தாலும், விருப்பத்துடனும் காதலுடனும் கூடல்கொண்டது போன்ற நம்பிக்கையை அவனுக்குத் தரவேண்டும். ஏனெனில், காதல் கொள்ளும் பெண்களின்மீதே ஆண்கள் நம்பிக்கை வைக்கின்றனர். இவ்வாறு காதலைக் காட்டும்போது வந்த வரை

லாபம் என்று அவனிடம் அதிக பொருள், பணம் எல்லாம் பெறக்கூடாது. பொன்முட்டை இடும் வாத்தை ஒரே நாளில் அறுக்கலாம் என்ற பேராசை துளியும் இருக்கக்கூடாது. மிக முக்கியமாக, தவறான வழிகளில் இருந்து அவனிடம் பணம் பெறவேகூடாது.

கணிகையானவள், மிக நன்றாக அலங்காரம் செய்துகொண்டு, இலைமறை காயாக தனது உடல் தெரியும்படி உடை உடுத்தி, விற்பனைக்கு இருக்கும் காட்சிப் பொருளாக தன் வீட்டு வாசலில் நின்றுகொண்டோ அல்லது அமர்ந்துகொண்டோ இருக்கவேண்டும். தெருவில் வருவோர் போவோரை பார்வை சுண்டி இழுக்கவேண்டும். மற்ற கணிகைகளைவிட இவளிடம் காந்தமாக ஆண்களை ஒட்ட வைப்பவர்கள், தன் வறுமையை நீக்கி வசதியாக வாழ உதவுபவர்கள், தன்னைப் பிரச்னைகளில் இருந்து காப்பாற்றும் ஆற்றல் கொண்டவர்களுடன், கணிகையானவள், நட்பை வளர்த்துக் கொள்ளவேண்டும்.

மிக முக்கியமாக ஊர்க் காவலர்கள், காவலதிகாரிகள், நீதித் துறை அதிகாரிகள், ஜோதிடர்கள், சமூகத்தின் முக்கிய மனிதர்கள், படித்த சான்றோர்கள், காதலின் அறுபத்து நான்கு வகைகளைக் கற்றுத் தருபவர்கள், விதூஷகர்கள், பூ, மது, மற்றும் திரவியம் விற்பவர்கள், சலவைத் தொழிலாளர்கள், முடி திருத்துபவர்கள் எல்லாம் கணிகையருக்குக் கை கொடுக்கக் கூடியவர்கள். இவர்களுடன், நிச்சயம் நல்ல நட்பு பாராட்டவேண்டும்.

நல்ல வருமானம் உடையவர்கள், இளைஞர்கள், எந்தவிதமான பந்தமும் இல்லாதவர்கள், அரசவையில் மிக முக்கியமானவர்கள், தன் கால்களுக்குத் தானே பூ போட்டுக்கொள்வதுபோல், தங்களைத் தாங்களே புகழ்ந்து கொள்பவர்கள், பேடியாக இருந்தாலும் ஆண் என்ற எண்ணத்தில் இருப்பவன், பிறரை வெறுப்பவன், பிறரால் வெறுக்கப்படுபவன், பலருடன் உறவு கொள்பவன், அதிர்ஷ்டக்காரன், பெரியவர்களை மதிக்காதவன், வீரமான தைரியசாலி, பணக்காரனின் ஒரே மகன், காவி கட்டியும் காமத்தைக் கடக்காத, கபட நாடக வேடதாரிகள் மற்றும் அரசனுடைய வைத்தியன் ஆகியோருடன் எல்லாம், பணம் பெறுவது என்ற குறிக்கோளுக்காக மட்டுமே கணிகையர் கூடலாம்.

உயர்குடியில் பிறந்தவர்கள், உலக அறிவு கொண்டவர்கள், புத்திசாலிகள், புலவர்கள், கவிஞர்கள், கலைஞர்கள், பேச்சாளர்கள், சிந்தனையாளர்கள், அறிவுஜீவிகள், ஆரோக்கியமானவர்கள், குடிக்கு அடிமையாகாதவர்கள், பெற்றோரை மதிப்பவர்கள், பெண்களை

மதிப்பவர்கள், பொறாமை இல்லாதவர்கள், சந்தேக புத்தி இல்லாதவர்கள்... இவர்களை எல்லாம் கணிகையர் தேடிப் போகவேண்டும். இவர்களுடன் எல்லாம் உண்மையான காதலுடன் கூடுவது, பணத்துக்காக இல்லாமல் புகழுக்காக இருக்கவேண்டும்

ஆனால், என்ன நடந்தாலும் சரி, நோயாளி, வாயில் புழு விழுந்தவன், துர்நாற்றம் வீசுபவன், மனைவிமீது மிகவும் பாசம் கொண்டவன், பேராசை பிடித்தவன், சந்தேகப் பிராணி, திருடன், எரிந்து விழுபவன், கோபம் கொள்பவன், இரக்கமில்லாதவன், போலியானவன், பில்லி சூனியம், மாய மந்திரத்தில் விருப்பம் கொண்டவன், மரியாதை தெரியாதவன், பணத்துக்காக எதையும் செய்பவன், மிக முக்கியமாக தன்னம்பிக்கையில்லாமல் வெட்கப் படும் ஆண்களுடன் கணிகையர் கலவியில் சேரவேகூடாது.

பொதுவாகவே, பெண்கள் அறிவுடனும், நல்ல குணத்துடனும், நல்ல பழக்க வழக்கங்களுடனும், நேர்மையாகவும், நன்றியுடனும், எதிர்காலத்தை கருத்தில் கொண்டும் இருக்கவேண்டும். எந்த இடத்தில் எப்படி இருக்கவேண்டும், என்ன பேசவேண்டும், என்ன செய்யவேண்டும் என்கிற அறிவு இருக்கவேண்டும். காமசூத்திரா மற்றும் அதனுடன் தொடர்புடைய கலைகளைப்பற்றி தெரிந்திருக்க வேண்டும்.

சோம்பல், கோபம், பேராசை, முட்டாள்தனம், சத்தமான சிரிப்பு, பழிவாங்கும் எண்ணம், சிடுமூஞ்சியாக இருப்பது போன்ற குணங்கள் எல்லாம் காத தூரம் இருக்கவேண்டும்.

குறிப்பாகக் கணிகைப் பெண்கள், மிக அழகுடன், பழகுவதற்கு இனிமையாகவும், உடலில் அதிர்ஷ்டக் குறிகளுடன் இருக்க வேண்டும். மற்ற மனிதர்களிடம் இருக்கும் நல்ல குணங்களை விரும்பிப் பாராட்டவேண்டும். பொருளை ஈட்டுவதிலும், பணம் சம்பாதிப்பதிலும் விருப்பமும், உறுதியான மனமும் இருக்க வேண்டும். கூடலில் கொண்டாட்டம் காண்பவளாகவும், உறவு கொள்வதில் ஆணுக்கு நிகராகவும் இருக்கவேண்டும்.

அறிவையும், அனுபவத்தையும் அதிகரித்துக்கொள்வதில் ஆர்வமாக இருக்கவேண்டும். பேராசை என்பது துளியும் இருக்கக்கூடாது. கூடலில் மட்டுமில்லாமல் கலைகளிலும் ஆர்வம் இருக்கவேண்டும்.

ஒரு பெண் கணிகையாக மாறுவதற்கு, காதல், பயம், பணம், கூடலில் விருப்பம், பழிவாங்குவது, வாழ்வில் வெறுப்பு, 'அப்படி என்னதான் இந்தத் தொழிலில் இருக்கிறது பார்ப்போம்' என்கிற ஆவல், ஆர்வம், புகழ், அதிர்ஷ்டம், காதல் தோல்வி, வறுமை என்று பல காரணங்கள்

இருக்கலாம் என சில ஆச்சாரியர்கள் சொல்கின்றனர். வாத்ஸ்யாயனரோ, அதெல்லாம் போங்கு. பணம் சம்பாதிக்கும் ஆசை, வறுமையிலிருந்து விடுதலை, காதல் இவையெல்லாம் மட்டுமே கணிகையாவதற்குக் காரணம் என்று கூறுகிறார்.

கணிகையின் முழுமுதற் குறிக்கோள் பணம், பணமாக மட்டுமே இருக்கவேண்டும். காதல் கண்ணறாவி என்றெல்லாம் பணத்தைத் தியாகம் செய்யக்கூடாது. ஆண்களாக விருப்பப்பட்டு அழைத்தாலும், கணிகைதான் என்றாலும் உடனடியாகச் சம்மதிக்கக்கூடாது. எளிதில் கிடைக்கும் எதையும் ஆண்கள் விரும்புவதே இல்லை. அவளிடம் இருக்கும் பணிப் பெண்கள், விதூஷகர்கள், பாடகர்கள், கலைஞர்கள் என்று யாரையாவது அனுப்பி, அவனின் குணத்தையும், நடத்தையையும் பற்றித் தெரிந்துகொள்ளவேண்டும். அதன் பிறகுதான் அவன் மனத்தை ஈர்க்கவேண்டும்.

அவளின் நம்பிக்கையான வேலையாள், ‘கோழிச் சண்டை பார்க்கலாம் வா. மைனாவின் குரலைக் கேட்கலாம் வா’ என்று ஏதாவதொரு காரணம் சொல்லி, அவனைக் கணிகையரின் வீட்டுக்கு அழைத்துச் செல்லலாம். அல்லது, அவளை அவனது வீட்டுக்கு அழைத்துச் செல்லலாம். பிறகு, அவள் வீட்டுக்கு அவன் வரும்போது, ஆர்வமூட்டக்கூடிய, ஆசையை அதிகப் படுத்தக்கூடிய பொருளைப் பரிசளிக்கவேண்டும். உனக்கே உனக்காக செய்யப்பட்ட பரிசு என்றும் சொல்லவேண்டும். அவனை உற்சாகப்படுத்தும்விதமாக மகிழ்ச்சியூட்டும் கதைகள் சொல்லவேண்டும். அவன் பார்த்துவிட்டுத் திரும்பிச் சென்ற பிறகு, விளையாட்டாகப் பேசும் திறமை வாய்ந்த பணிப்பெண்ணிடம் அவனுக்காக சிறு பரிசுகள் கொடுத்து அனுப்பவேண்டும். சில சமயங்களில், அவளின் நம்பிக்கையான ஆளுடன் அவன் வீட்டுக்கு அவளே சென்று வரவேண்டும்.

காதலன், கணிகையைக் காண அவளின் வீட்டுக்கு வரும்போது, அவனுக்கு வெற்றிலை தரவேண்டும். மாலையிட்டு திரவியம் பூசி, கலைகளில் அவளுக்கு இருக்கும் திறமையை அவனுக்குக் காட்டவேண்டும். நீண்ட நேரம் பேசிக்கொண்டு இருக்கவேண்டும். காதல் பரிசுகள் கொடுக்கவேண்டும். முத்தங்களையும், உடல் களையும் பரிமாறிக் கொள்ளும்முன், பரஸ்பரம் அவர்களுடைய பொருள்களைப் பறிமாறிக் கொள்ளவேண்டும். கூடலைக் கொண்டாடுவதில் இருக்கும் திறமையையும் காட்டவேண்டும். இவ்வாறு காதலனுடன் இணைந்த பின், தனது பேச்சால், பரிசுகள் கொடுப்பதன் மூலமாக, மெல்லிய காதலின் மூலம் என்றெல்லாம் காதலனைக் குஷிப் படுத்தவேண்டும்.

30. கணிகையர் எப்படி நடந்துகொள்ளவேண்டும்?

பணிப்பெண் பருவத்தை எட்டியவுடன், யாரும் நெருங்க முடியாத அளவுக்கு, அவளைத் தனிமையில் வைக்க வேண்டும். எட்டாக் கனி என்றால், ஆண்களின் ஆசை மேலும் அதிகரிக்கும். அடைய முடியாத, அந்தக் கை படாத ரோஜாவைக் கைப்பிடிக்க போட்டி நடக்கும். எவன் ஒருவன் செல்வத்தையும் மகிழ்ச்சியையும் அவளுக்கு அள்ளித் தருவானோ அவன் கையில் அவளை ஒப்படைக்கவேண்டும்.

அதேபோல், கணிகையின் பெண்ணும் பருவ வயதை எட்டியவுடன், அதே வயதில் இருக்கும் பல இளைஞர்களை கணிகையானவள் அழைத்து, தனது மகளின் குணத்தைப்பற்றியும், அழகைப் பற்றியும் எடுத்துக் கூறவேண்டும். உயர்ந்த பரிசுகளைக் கொடுப்பவனுக்கு அவளைப் பரிசாக அளிக்கவேண்டும். அப்படிப் பரிசு எதுவும் கிடைக்கவில்லை என்றாலும், அவளுடைய பொருள்களில் சிலவற்றை அவன் கொடுத்ததாக அவளிடம் காட்டவேண்டும்.

மகளின் திருமணத்துக்காக, தாயார்தான் முன் நின்று முயற்சிக்க வேண்டும் என்றில்லை. பெண்ணும், தானே களத்தில் இறங்கலாம். பாட்டுப் பாட கற்றுக்கொள்ளும்போது, நாட்டியம் கற்றுக்கொள்ளச் செல்லும்போது என்று பணக்கார வீட்டுப் பையன்களுடன் பரிச்சயம் செய்துகொள்ளலாம். அவர்களை வாரிச் சுருட்டி சுருக்குப் பையில் போட்டுக்கொள்ளும் முயற்சியில் இறங்கலாம். தனக்குப் பிடித்தவனை, தாயின் அனுமதியோடு திருமணம் செய்துகொள்ளலாம். தாயின் அனுமதி இல்லாமல் ரகசியத் திருமணமும் செய்து கொள்ளலாம். தாய்க்கு இதெல்லாம் தெரிந்திருந்தாலும் கண்டும் காணாமல் இருக்கவேண்டும். தெரிந்தபிறகு, 'போய்த் தொலையுங்கள்' என்று ஆசீர்வதிக்கவேண்டும்.

இவ்வாறு செய்யப்பட்ட கணிகையினுடைய பெண்ணின் திருமணம், ஒரு வருடத்துக்கு மட்டுமே செல்லுபடி ஆகும். அதன் பிறகு, அவள் விருப்பப்பட்டவாறு வாழலாம். ஒரு வருடத்துக்குப் பிறகு, வேறு யாருக்கும் மனைவியாகாமல், விருப்பப்பட்ட மாதிரி வாழ்ந்து வரும்போது, முன்னாள் கணவன் கூப்பிட்டால், அவனுக்கே முன்னுரிமை அளிக்கப்படவேண்டும். அன்றைய காதலன் கோடி ரூபாய் தருவான் என்றாலும், அதைத் தியாகம் செய்து, கணவனுடன்தான் அன்றைய இரவைக் கழிக்கவேண்டும்.

கணிகையரின் இத்தகைய தற்காலிகத் திருமணம், மற்றவர்களிடையே அவர்களுக்கு மதிப்பை பெற்றுத் தரும். இது கணிகையர்களுக்கு மட்டும் இல்லாமல் ஆடல் மகளிருக்கும் பொருந்தும்.

காதலனுடன் மனைவியைப்போல் வாழ்ந்து வரும் கணிகையர், கற்புடைப் பெண்டிரைப் போலவே நடந்துகொள்ளவேண்டும். செய்யும் செயல்கள் அனைத்தும் காதலனின் விருப்பப்படியே இருக்கவேண்டும். அவனை எல்லாவிதத்திலும் மகிழ்ச்சிப்படுத்த வேண்டும். பாலுடன் கலந்த நீராக அவனுடன் உறவாடுவதுபோல் இருக்கவேண்டும் ஆனால் உண்மையில் அவனுடனான உறவு தாமரை இலை நீராக இருக்கவேண்டும்.

இந்தக் கடினமான காரியம் கைகூட வேண்டுமென்றால், அவளைச் சார்ந்து ஒரு வயதான தாயார் இருக்கவேண்டும். அதுவும் அவள், கொடூரமான, கடுகடுவென, பணமே பிரதானம் என்ற கொள்கையைக் கொண்டிருக்கவேண்டும். அப்படிப்பட்ட குணம் இல்லை யென்றாலும்கூட அவள் அப்படித்தான் நடிக்கவேண்டும். தாயார் இல்லாதவர் என்ன செய்ய? தாயார் இல்லாவிட்டால் என்ன? தாதியாகக் கூடவா யாரும் கிடைக்க மாட்டார்கள்? வயதான நம்பிக்கையான தாதியை இப்படி நடந்துகொள்ளச் செய்யவேண்டும்.

குறிப்பாக, 'உனக்கு இப்படி ஒரு காதலனா? இவனுடன் நீ இருக்கக்கூடாது' என்று சொல்லி அவளை அவனிடமிருந்து பிரிக்கவேண்டும்.

தாயார் இப்படியெல்லாம் நடந்து கொள்வதனால் கோபம், பயம், கடுப்பு வெறுப்பு, அவமானம் எல்லாம் அடைவது போல் கணிகை நடந்துகொள்ளவேண்டும் ஆனால் தாயாரின் பேச்சை எக்காரணம் கொண்டும் தட்டக்கூடாது.

அவன் பிரிந்து சென்ற பின் தாயாரிடம், காதலனுக்கு உடல் நிலை சரியில்லை. போய்ப் பார்த்துவிட்டு வருகிறேன் என்று பொய் சொல்லிவிட்டுச் செல்லவேண்டும்.

காதலின் அன்பின் வெளிப்பாடாகக் காதலன் கரம் பட்ட பூக்களையும், வெற்றிலையையும் தோழி அல்லது பணிப்பெண் மூலமாகக் காதலனிடமிருந்து கேட்டுப் பெறவேண்டும். 'நீங்கள்தான் அந்த விஷயத்தில் எவ்வளவு கில்லாடி' என்று புகழவேண்டும். அதுவும், 'என்னென்னவிதமாகக் குஷிப்படுத்துகிறீர்கள்' என்றெல்லாம் சொல்லி அவனைக் கொண்டாடவேண்டும். பாப்ரைவர் சொன்ன அறுபத்தி நான்கு வகைக் காதல்களையும் கற்றுத் தரச் சொல்லி கேட்கவேண்டும். கற்றுக்கொண்ட காதல் பாடங்களை பயிற்சி செய்து பார்க்கவேண்டும். காதலனின் விருப்பப்படியெல்லாம் நடந்துகொள்ளவேண்டும். பஞ்சணையிலும் பள்ளியறையிலும் அவனைப் புறக்கணிக்கக்கூடாது. அவன் உடலில், அவன் விரும்பும் இடங்களையெல்லாம் தொட்டு, அவன் உறங்கும்போது கட்டியணைப்பது, முத்தமிடுவது என்று அன்பைப் பொழியவேண்டும். அவனின் கைகளை எடுத்து அவளது இடுப்பிலும், மார்பிலும் தலையிலும் வைக்கவேண்டும். அவனின் மடியில் அமர்ந்து உறங்கவேண்டும். வெட்கமே இல்லாமலும் இருக்கக்கூடாது. அதிக வெட்கமும் பட்டுவிடக்கூடாது.

அவன் உடலில் தனது நகங்களாலும் பற்களாலும் உண்டாக்கிய காதல் காயங்களைப் பார்த்து, ஏதுமறியாதவள்போல், 'இது எப்படி ஏற்பட்டது? யார் கடித்தது சொல்? ரொம்ப மோசம் நீ!' என்று அவன் மேல் சந்தேகப்படும்படி நடிக்கவேண்டும். அவளுக்கு அவன் மேல் இருக்கும் காதலை வார்த்தைகளில் வெளிப்படுத்தாமல் செயல்களால் வெளிப்படுத்தவேண்டும். 'உன் பிள்ளையைப் பெற ஆசையாக இருக்கிறது' என்று சொல்லவேண்டும். அவனின் மனைவியரைப் பார்க்க ஆவல் கொள்ளவேண்டும்.

அவன் ஆழ்ந்த சிந்தனையில் இருக்கும்போது, ஏக்கத்துடன் அவன் முகத்தைப் பார்த்துக்கொண்டிருக்கவேண்டும். அவனின் எதிரிகளை

தன் எதிரிகளாகவும், அவனின் நண்பர்களை தன் நண்பர்களாகவும் கருதவேண்டும். அவன் விரும்புவதை எல்லாம் அவளும் விரும்ப வேண்டும். அவன் மகிழ்ச்சியாக இருந்தால் அவளும் மகிழ்ச்சியாக இருந்து, அவன் துக்கமாக இருக்கும்போது அவளும் துக்கப்பட வேண்டும்.

அவன், தன்னைப்பற்றி நல்லவிதமான கதைகளைச் சொல்லும்போது அக்கறையுடன் கேட்கவேண்டும். பிறகு, அதே கதைகளை அவனைப் புகழ்வதற்காகச் சொல்லவேண்டும். அவ்வப்பொழுது நக்கலடிக்க வேண்டும். அவன் கொட்டாவி விட்டுத் தூங்கி வழியும்போது அலுத்துக்கொள்ளவேண்டும். தும்மினால் நீடுழி வாழ்க என்று சொல்லவேண்டும். அவனால் பரிசு கொடுக்கப்பட்டவற்றை அணிந்து கொள்ளவேண்டும்.

அவளது ஆசைகளையும், ரகசியங்களையும் அவன்மீது நம்பிக்கை வைத்துச் சொல்லவேண்டும். அதுபோல, அவன் தன்னை நம்பிச் சொல்லும் ரகசியங்களைக் காப்பாற்றவேண்டும். எப்பொழுதும் அவன்மேல் கோபப்படக்கூடாது. அப்படியே கோபப்பட்டாலும், அந்த ஊடல் நீண்ட நேரம் நீடிக்கக்கூடாது.

அவன், விரதங்கள் ஏதாவது மேற்கொண்டால், 'அதெல்லாம் எதற்கு? உங்களால் முடியாது. மிகவும் கடினம். எதற்கு சிரமம்?' என்றெல்லாம் சொல்லி அவனது மனத்தை மாற்ற முயற்சிக்க வேண்டும். 'நீங்கள் விரதத்தைக் கைப்பிடிக்காத பாவம் என்னை வந்து சேரட்டும்!' என்று சொல்லவேண்டும். அவனின் மனத்தை மாற்ற முடியாவிட்டால், அவளும் அவனுடன் விரதம் இருக்கவேண்டும். அவனின் செல்வம் வேறு, அவளின் செல்வம் வேறு என்றெல்லாம் பாகுபாடு பார்க்கக்கூடாது. அவன் பயன்படுத்திய பொருள்களைப் பயன்படுத்துவதில் ஆனந்தம் காணவேண்டும். அவனுக்கே உணவாக இருப்பதைக் கடந்து, அவன் உண்ட மிச்சத்தை உண்ணவேண்டும். அவனின் குணம், குடும்பம், கலைத்திறமை, படிப்பறிவு, குலம், கோத்திரம், அழகு, தேசம், நண்பர்கள், வயது, செல்லக் கோபம், பாட்டுப் பாடும் திறமை என்று அனைத்தையும் மதிக்கவேண்டும், புகழவேண்டும்.

காதலன், உடல்நிலை சரியில்லாமல் நோய்வாய்ப்பட்டிருக்கும் போது, தானும் சரியாக உணவு உண்ணாமல், அவளும் தன் உடலை வருத்திக்கொள்ளவேண்டும். துன்பத்தில் பங்கெடுக்கவேண்டும். 'அச்சோ! உனக்கு உடல் நிலை சரியில்லாமல் போய் விட்டதே' என்று புலம்பவேண்டும். உடல்நிலை சரியானால் இதைச் செய்வேன் அதைச் செய்வேன் என்று கடவுளிடம் பிரார்த்தனை செய்யவேண்டும்.

அவனுக்கு நல்லதிர்ஷ்டம் வாய்த்தால் நேர்த்திக் கடன் செலுத்த வேண்டும்.

'ஊரை விட்டுப்போகிறாயா? நாட்டை விட்டுப்போகிறாயா? நீ எங்கு சென்றாலும் நானும் உன்னுடன் வருவேன். என் வாழ்வே உன்னுடன் வாழத்தான். நீ இல்லாத உலகில் நான் வாழ மாட்டேன். அடுத்த பிறவியிலும் நானே உனக்குக் காதலியாக இருக்கவேண்டும்' என்றெல்லாம் சொல்லவேண்டும்.

நீர், நெருப்பு, காற்று, மழை, பயம் என்று எல்லாவிதமான தடைகளையும் தாண்டி அவனை அடையவேண்டும். அவனது ரசனை, குணநலன்களுக்கு ஏற்றபடி அவள் தன்னை மாற்றிக்கொள்ள வேண்டும். அவனுடன் இருப்பதற்கும் வாழ்வதற்கும் அவளின் அம்மாவுடன் அடம் பிடிக்கவேண்டும். அவன் இல்லாவிட்டால் இறந்து விடுவேன். தற்கொலை செய்துக் கொள்வேன் என்றெல்லாம் சொல்லவேண்டும். அவளின் காதலை அவனுக்கு உணர்த்தவேண்டும். அவனிடம் பணத்தை அவளே பெறவேண்டும். ஆனால் தாயாருடன் எந்தவிதமான பணப் பிரச்னையும் வைத்துக்கொள்ளக்கூடாது.

காதலன் எங்காவது வெளியூர் பயணம் செல்கிறான் என்றால், 'சீக்கிரம் திரும்பி வந்து விடுவேன் கண்ணே' என்று சத்தியம் செய்துவிட்டுச் செல்லும்படிச் சொல்லவேண்டும். அவன் இல்லாத சமயங்களில் விரதங்கள் எதுவும் கடைப் பிடிக்கக்கூடாது. அதிக ஆபரணங்கள் அணியக்கூடாது. அவன் வர வேண்டிய தேதி வந்தும் அவன் வரவில்லை என்றால், ஜோசியம், ஜாதகம், கிரகநிலை, சகுனம் என்றெல்லாம் பார்த்து, அவன் எப்பொழுது வருவான் என்று அறிந்துகொள்ள முயற்சிக்கவேண்டும். நல்ல நேரங்களிலும், நல்ல கனவு காணும்பொழுதும், விரைவில் அவனுடன் இணையவேண்டும் என்று சொல்லவேண்டும். தீய சகுனங்களோ அல்லது தனிமையோ அவளை மிகவும் வாட்டினாலும், ஏதாவது பூஜை பரிகாரம் செய்யவேண்டும்.

காதலன் வீடு திரும்பியவுடன், மன்மதனை வணங்கவேண்டும். மற்ற தெய்வங்களுக்கும் படையல் வைக்கவேண்டும். பெரியவர்களுக்குப் படையல் வைப்பதுபோல், காகத்துக்கு நீரை வைக்கவேண்டும். காதலனையும் சில சடங்குகள் செய்யச் சொல்லவேண்டும். அவளின்மீது அவனுக்கு உண்மையிலேயே ஈடுபாடு இருந்தால், அவள் சொல்லும் அனைத்தையும் அவன் தட்டாமல் செய்வான்.

அவளின் பார்வையும், அவனின் பார்வையும், சிந்தனையும் ஒன்றாக இருக்கும். அவளின்மீது எந்தச் சந்தேகமும் படாமல், அவளுக்காகக்

கணக்கு வழக்கு பார்க்காமல், பணத்தைச் செலவு செய்தால், அவனுக்கு அவளின்மீது ஒட்டுதல் மிக அதிகம் என்று அர்த்தம்.

காதலனுடன், கட்டியவள்போல் வாழும் கணிகை, இங்கு சொல்லியபடிதான் நடந்துகொள்ளவேண்டும் என்று இல்லை. வாழும் இடத்தின் சம்பிரதாயங்களை ஒட்டி, மக்களின் பழக்க வழக்கங்கள், காதலனின் குணம் ஆகியவற்றைப் பொறுத்தும் நடந்துகொள்ளலாம்.

கடலின் ஆழத்தைவிட பெண்ணின் மனம் ஆழமானது என்று சும்மாவா சொல்லியிருக்கிறார்கள். அவளது காதலின் அளவு, உண்மையான குணம், ஏன் வெறுக்கிறார்கள், ஏன் விரும்புகிறார்கள், ஏன் விலகிச் செல்கிறாள், ஏன் நெருங்கி வருகிறாள், எதை எதிர்பார்த்துப் பழகுகிறாள், காதலனின் செல்வம் முழுவதையும் அபகரித்து விடுவாளா, பேராசைக்காரியா என்பதையெல்லாம் யாராலும் சொல்ல முடியாது. அவளால் உண்மையாகக் காதலிக்கப் படுபவனால்கூட, இதையெல்லாம் சொல்ல முடியாது. இதற்கு, பெண்களுக்கு இயற்கையாக அமைந்த நுட்பமான அறிவே காரணம்!

31. காற்றுள்ளே போது தூற்றிக் கோள்!

கணிகையின் குறிக்கோளே பணம் சம்பாதிப்பதுதான். ஆனால், அவள் எதுவும் கேட்காமலே, காதலனே வேண்டும் என்கிற அளவுக்கு பணம் தருகிறான். அப்புறம் என்ன? அதுபோதும் என்பது பழைய ஆச்சாரியர் களின் கருத்து. 'பணம் கிடைக்கிறதுதான். இல்லையென்று சொல்லவில்லை. ஆனால் சூது வாது ஏதாவது செய்தால், அதிகச் சில்லறை பெயருமா? அப்படியென்றால் சிந்திக்க வேண்டாம். செயலில் இறங்கு. சூதானமாக நடந்து, சம்பாதிக்கும், இல்லை பணம் பறிக்கும் பணியில் இறங்கு' என்கிறார் வாத்ஸ்யாயனர்.

காதலனிடம் எப்படியெல்லாம் என்னவெல்லாம் சொல்லிப் பணம் பெறலாம்?

நகை, உணவு, மது, பூ, பழம், திரவியம், துணி இதெல்லாம் வாங்கப் பணம் வேண்டும் என்று சொல்லி பணம் பெறவேண்டும். ஆனால் எதையும் வாங்கக்கூடாது. வாங்கினாலும்,

வாங்குவதற்கு ஆயிரம் ரூபாய் செலவு செய்திருந்தால் பத்தாயிரம் என்று சொல்லவேண்டும். பண்டிகை, பூஜை, பரிகாரம், கோயில் வேண்டுதல், பிரார்த்தனை என்றெல்லாம் சொல்லலாம். நகை களவு போய்விட்டது, பொருள்கள் காணவில்லை திருடு போய்விட்டன, தொலைந்துபோய்விட்டது, உனக்காகக் கடன் வாங்கினேன். வீட்டு வேலை இருக்கிறது, வீட்டுச் செலவுக்குக் காசுவேண்டும், உன்னைப்போல் அறிவாளி உண்டா என்றெல்லாம் பொய் சொல்லலாம்.

'இவனைப் பார்க்க வருவதற்காகவே இவ்வளவு செலவு செய்திருக்கிறாள், அந்தப் பணத்தை எப்படிச் சம்பாதிப்பாள்?' என்று காதலன் காது பட, பிறரைப் பேச வைக்கலாம். 'இன்று பண்டிகை கொண்டாட காசில்லை' என்று அவன் முன் கவலைப்படலாம். 'என்னை அவர்கள் வீட்டு விழாவுக்குக் கூப்பிட்டிருக்கிறார்கள். போகவேண்டும், ஆனால் போக முடியாது' என்று புலம்பலாம். 'கூப்பிட்டுப் போகாமல் இருக்கலாமா, போய்த்தான் வருவதில் என்ன ஆகிவிடும்?' என்று மட்டும் காதலன் சொன்னால் போதும். 'அவர்கள் எனக்கு அந்தப் பரிசு கொடுத்தார்கள், இந்தப் பரிசு கொடுத்தார்கள். அதற்குப் பதில் மரியாதை செய்யவேண்டும். இவ்வளவு செலவு ஆகும். பணம் இல்லை. அதனால்தான் போகவில்லை' என்று, காதலன் காரணம் கேட்கவில்லை என்றாலும் சொல்லி விட வேண்டும். இப்படியெல்லாம் அவன் காதில் விழுந்த பின்னும் அவன் காசு கொடுக்காமல் குத்துக்கல் மாதிரி இருப்பானா? கடுப்பிலாவது காசு கொடுத்துவிட மாட்டானா என்ன?

'நான் வேண்டாம் வேண்டாம் என அவ்வளவு சொல்லியும், எனக்குத் தெரியாமல் அவனுக்காக செலவு செய்தாயா?' என்று அவளின் அம்மா அவளுடன் பொய்ச் சண்டை போடலாம். 'நீ, இவனுக்குக் காதலியாக இருந்து என்ன லாபம்? இதற்கு பழைய காதலன் எவ்வளவோ பரவாயில்லை. அவனிடமே திரும்பிப் போய் விடலாம்' என்று தாயாரைப் பேச வைத்து, 'அப்படியெல்லாம் செய்ய முடியாது. போனது போனதுதான், திரும்பிப் போகமுடியாது' என்று இவள் சண்டை போடவேண்டும். 'உங்களால் அம்மாவுடன் அனுதினமும் அக்கப் போர். இதெல்லாம் அந்தப் பாழாய்ப்போன பணத்தால்தான். கொஞ்சம் அதிகமாகப் பணம் கொடுத்தால் இந்தப் பிரச்னை இருக்காது' என்று அவனிடம் பேசியும் பணம் பார்க்கலாம்.

'என் தோழியின் பையனுக்குத் திருமணம். செலவுக்கு உதவுமாறு என்னிடம் பணம் கேட்கிறாள். அவள் கஷ்டத்திலிருக்கிறாள்.

அவளுக்கு எப்படியாவது உதவவேண்டும்.' 'எனக்கு உடல்நிலை சரியில்லை. மருத்துவரிடம் செல்லவேண்டும். செலவாகும். கையில் காசில்லை.' 'இந்த நகையை விற்று விடலாம் என்று இருக்கிறேன். அதில் வரும் காசில்தான் உனக்கு ஏதாவது பரிசு வாங்கித் தரலாம்' என்று இருக்கிறேன் என்று, பரிதாபக் கதைகள் சொல்லியும் பணம் பறிக்கலாம்.

'அவளின் பழைய காதலன் அவளுக்கு என்னவெல்லாம் செய்வான். இவன் எதுவுமே செய்வதில்லை. ஏன் இவள் இவனுடன் இருக்கிறாள்?' என்று பிறரைப் பேச வைக்கலாம். 'பக்கத்து வீட்டு பார்வதி எல்லாம் எவ்வளவு பெறுகிறாள். அட, உங்கள் எதிரி ஏகாம்பரம், அள்ளி அள்ளிக் கொடுக்கிறார்' என்றெல்லாம் சொல்லி உசுப்பேற்றி விடலாம். இதற்குப் பிறகுமா, ஒருவன் பணம் கொடுக்காமல் இருப்பான்.

இப்படியெல்லாம் பணம் பறிப்பதற்கு என்று மட்டும் இல்லை. எந்தப் பெண்ணுக்கும் அவளின் காதலனைப்பற்றி அகமும் புறமும் தெரிந்திருக்கவேண்டும். அவனின் குணம், அவளைப்பற்றி அந்த நிமிடத்தில் அவன் என்ன நினைக்கிறான்? இப்பொழுது கோபமாக இருக்கிறானா, குஷியாக இருக்கிறானா? என்ன யோசித்துக்கொண்டு இருக்கிறான் என்பதையெல்லாம் அவனின் முகத்தைப் பார்த்தே தெரிந்துகொள்ளவேண்டும்.

காதலன், கணிகையைக் கழட்டி விடும் எண்ணத்தில் இருக்கிறான் என்று எவ்வாறு தெரிந்துகொள்வது?

எள் வேண்டும் என்று கேட்டால் எண்ணெயைக் கொண்டுவந்து கொடுப்பான். ரொம்ப நல்லவன் என்றெல்லாம் நினைக்க வேண்டாம். எதைக் கேட்கிறோமோ அதைக் கொடுக்காமல் வேண்டுமென்றே வேறு எதையாவது கொடுத்து கடுப்பேற்றுவான். அப்படியே கேட்பதைக் கொடுத்தாலும், குறைத்துக் கொடுப்பான். 'அட! அதுதானே வேண்டும். வாங்கிக் கொடுத்தால் போச்சு. இதோ, நாளைக்கே வாங்கி வருகிறேன்' என்று, எல்லா நாளும் சொல்வான். ஆனால் வாங்கிக் கொடுக்க மாட்டான். அவளின் எந்த ஒரு சின்ன ஆசையைக்கூட நிறைவேற்ற மாட்டான். நாளை வர முடியாது, வேலை இருக்கிறது என்று சொல்வான். ஆனால் வேலைக்கும் சென்றிருக்க மாட்டான். சொல்வது ஒன்றாகவும், செய்வது ஒன்றாகவும், பொய்யும், பொய் சத்தியமும் அதிகமாக இருக்கும்.

அவளுக்குக் கேட்காத வகையிலும், ரகசியமாகவும், அவனுடைய வேலையாள்களுடன் பேசிக்கொண்டிருப்பான். நாளை நண்பனின்

வீட்டில் தங்கவேண்டும் என்று சொல்லிவிட்டு, வேறு ஏதாவது பெண்ணின் வீட்டில் தங்குவான். மிக முக்கியமாக, முன்பு கூடி இருந்த கணிகையின் பணிப் பெண்களுடன் தனிமையில் பேசிக் கொண்டிருந்தால், நிச்சயம் காதலன் கிளி, கூண்டைவிட்டுப் பறந்து விடும் என்று முடிவு செய்துவிடலாம்.

காதலன் கைவிட்டுவிடுவான் என்று தெரிந்தவுடன், எரியும் வீட்டில் பிடுங்கின மட்டும் லாபம் என்று, அவனிடம் இருந்து முடிந்தவரை பொருளைப் பெற முயற்சிக்கவேண்டும். எல்லாவற்றையும் பெற்ற பின், கொடுத்த கடன் வரவில்லை ஜப்தி செய்கிறேன் என்று அவளின் பொருளை அவளே ஜப்தி செய்யவேண்டும்.

காதலன் பணக்காரனாகவும், அவளை நல்ல முறையிலும் நடத்தி வந்திருந்தால், அவனிடம் மதிப்பும் மரியாதையுமாக நடந்து கொண்டு, அவனிடமிருந்து நல்ல முறையிலே பிரியவேண்டும். அதுவே ஏழையாக இருந்தால் எவ்வளவு விரைவாக விலக முடியுமோ அவ்வளவு விரைவாக விலகி விடவேண்டும்.

அட எப்படி விலகுவது? வழியா இல்லை இந்த உலகில், விலகுவதற்கு?

அவன் என்ன சொன்னாலும், தப்பாகவும் குதர்க்கமாகவும் எடுத்துக்கொள்வது. சிரிக்கவேண்டிய சமயத்தில் சிரிக்காமல், சம்பந்தம் இல்லாமல் சிரிப்பது என்று, அவனை காமெடி பீஸ் போல் நடத்தவேண்டும். அவன் பேசும்போது கவனிக்காமல், சிலசமயம் சம்பந்தமில்லாமல் பதில் பேசுவது, அவன் குற்றம் குறைகளைப் பட்டியலிட்டு, 'நீயெல்லாம் திருந்தவே மாட்டாய்' என்று திட்டுவது; தீயைவிட மோசமான சொற்களால், ஆறாத வடு ஏற்படுத்தும் வார்த்தைகளால், அவளின் பணிப்பெண்களிடம் அவனை அர்ச்சிப்பது; நிச்சயமாக நிலாவேண்டும் என்று அவனால் கொடுக்க இயலாததைக் கேட்பது.

'என் மேல்தான் உனக்கு எவ்வளவு பாசம்?' என்று நக்கலடிப்பது, அவனுக்குப் புரியாத, தெரியாத ஒன்றைப்பற்றி பேசுவது. அவன் எவ்வளவு அறிவாளியாக இருந்தாலும் அவ்வளவுதானா உங்களுக்குத் தெரிந்தது என்பதுபோல் பேசுவது. மட்டம் தட்டுவது. அவனைவிட அறிவாளிகளுடன் பேசிப் பழகுவது. எரிந்து விழுவது. அவனுடைய பழக்க வழக்கங்களை எல்லாம், 'ச்சீய் என்ன கெட்ட பழக்கம்' என்று உதடு, முகம் சுளிப்பது. 'அவனிடம் இருக்கும் கெட்ட புத்தி உன்னிடமும் இருக்கிறது பார்' என்றெல்லாம் பேசி, அவனை வெறுப்பேற்றவேண்டும்.

இப்படியெல்லாம் வாயால் பேசி வெறுப்பேற்றுவது மட்டும் இல்லாமல், முத்தம் கொடுப்பதற்கும் வாயைக் கொடுக்காமல் கடுப்பேற்றவேண்டும். மேல் உதடுகள் மட்டுமல்ல கீழ் உதடுகள் பக்கமும் போக விடக்கூடாது. போக விட்டாலும், கூடும்போது ஈடு கொடுக்காமல், காலைக்கூட ஆட்டாமல் கிடக்கவேண்டும். கூடல் முறைகள் எல்லாமே கண்ணராவி என்றும், கொண்டாட்டமாகவே இல்லை என்றும் கேவலப்படுத்தவேண்டும். கண்ட இடத்தில் கடித்தும் கீறியும் விட்டாய் என்று கத்தவேண்டும்.

கூடலாம் என்று நெருங்கும்போது, தூங்குவதுபோல் பாசாங்கு செய்யவேண்டும். பகல் பொழுதில் பஞ்சணையில் இணையலாம் என்று கூப்பிடுவான்போல் இருந்தால், வெளியே கிளம்பிவிட வேண்டும்.

கூடல்தான் கைகூடவில்லை. கட்டியணைத்தால் என்னவென்று அணைக்க வரும்போதெல்லாம், ஆற்றுக்குக் குறுக்கே அணை கட்டுவதுபோல் தடுப்பது; மீறி அணைத்தாலும், நீ வேண்டுமானால் அணைத்துக் கொள். நான் உன்னை அணைக்க மாட்டேன் என்று இணையாமல் இருப்பது; அவ்வளவு ஏன்? அருகே வந்தாலும் கண்டுகொள்ளாமல் இருப்பது; ஆனால் அவன் சோர்ந்து இருக்கும் போது கூடலுக்குக் கூப்பிடுவது என்று செயல்படவேண்டும்.

கணிகையுடன் இருப்பதே, கூடலில் கூடிக் கொண்டாடுவதற்குத் தான். முதலுக்கே மோசமாக, முகம் திருப்பி காதலனைக் கஷ்டப் படுத்தினால், நினைத்தபடி கஷ்டப்படாமல் காதலனைக் கழட்டிவிடலாம்.

தகுந்த மனிதர்கள் பலர் இருந்தாலும், ஆற அமர யோசித்து, எல்லாவிதக் கணக்கையும் கூட்டிக் கழித்துப் பார்த்த பிறகே, யாருடன் கூட்டணி என்பதை ஒரு கணிகை முடிவு செய்யவேண்டும். கூட்டணி வைக்க முடிவு செய்தவனே கூப்பிடும்படி பார்த்துக்கொள்ள வேண்டும். கூடிய பின், அவனிடம் இருக்கும் அனைத்தையும் கவர்ந்த பின், அவனைக் கழட்டி விடவேண்டும்.

இவ்வாறு, மனைவிபோல் வாழ்க்கை நடத்தும் கணிகை, பல காதலர்களின் தொல்லை இல்லாமல் செல்வச் செழிப்புடன் வாழ்வாள்.

32. கணிகைக்கு அழகு கணக்கு பண்ணுதல்...

கறக்க வேண்டிய அளவுக்குக் கறந்தாயிற்று. காதலனைக் கழட்டி விட்டாயிற்று. அடுத்து என்ன செய்யலாம்? இதற்கு முன்பு இருந்த காதலனையும், கறந்தபின்தான் கழட்டி விட்டிருப்போம். மீண்டும் அவன் எதற்கு? அடுத்து புதிய காதலனைத் தேடலாம் என்கிறார் வாத்ஸ்யாயனர். இதையும் சொல்லிவிட்டு அனைத்துச் சூழ்நிலைகளையும் யோசித்துப் பார்க்கவேண்டும் என்றும் அவரே சொல்லி விடுகிறார்.

'புதிய காதலனா? இல்லை... தெரியாத தேவதையைவிட தெரிந்த பிசாசே மேல் என்று, இதற்கு முன்பு இருந்த காதலனிடமே தஞ்சம் புகலாமா?' புகலாம் என்று சில ஆச்சாரியர்கள் சொல்கிறார்கள். அவன் சேர்த்துக் கொள்வானா என்பது ஒரு புறம். சேரலாமா? சேருவதற்கு முன் என்னவெல்லாம் யோசிக்கவேண்டும்? என்னவெல்லாம் செய்து சேரலாம்?

முதலில் அவனிடம் பணம் இருக்கிறதா? இன்னமும் அவனுக்கு இவள் மேல் பாசம், பிரியம், பற்று ஏதாவது இருக்கிறதா என்று பார்க்கவேண்டும். தனி மரமாக இருந்தால் பரவாயில்லை. ஜோதியில் ஐக்கியமாகி விடலாம். துணை மரமாக பெண் இருந்தால், யோசித்துத்தான் செயல்படவேண்டும்.

இவளை, அவனாக விட்டு விலகி இருந்தால், அதற்குப் பிறகு இருந்த பெண்ணிடமிருந்தும் அவனே விலகி இருந்தால், அவன் உறவே வேண்டாம் என்று முடிவு செய்துவிடலாம். இருவரையும் மதிக்காதவன், நிச்சயம் நிலை கொள்ளாமல் அலை பாயும் மனம் கொண்டவன்.

முன்பு அவனிடம் பணம் இல்லை என்றுதான் இவள் விலகி வந்தாள். பின்பு வந்தவளும் அதே காரணங்களுக்காக அவனை விட்டு விலகிவிட்டாள் என்றால், அவனுடன் எதற்கு உறவுகொள்ள வேண்டும்? காலி பெருங்காய டப்பா அல்லவா அவன்? பணத்துக்காகத்தான் நாம் அவனுடன் இருக்க விரும்புகிறோம். பணம் இல்லை என்று நன்கு தெரிந்த பின் அவனைப்பற்றி என்ன கவலை?

முன்பு, அவனிடம் பணம் இல்லை என்றுதான் இவள் அவனை விட்டு விலகி வந்தாள். இப்பொழுது அவனிடம் பணம் இருக்கிறது. ஆனாலும் இவளுக்குப் பின் வந்தவள், அவனிடமிருந்து வேறு காரணங்களுக்கு விலகிவிட்டாள் என்றால், முன்னாள் காதலனை மீண்டும் காதலனாக்க முயற்சிகள் செய்யவேண்டும். 'என்னை விட்டு நீ விலகிச் சென்றால் என்ன? இதோ இவள் இருக்கிறாள் பார். அதுவும், இவளுக்காக எவ்வளவு செலவு செய்கிறேன் பார். எல்லாம் உனக்கு வந்திருக்க வேண்டியது. என்னைவிட்டு விலகிவிட்டாய்!' என்று, பணம் இருந்தும், விலகிச் சென்றவளை வெறுப்பேற்ற வேண்டும் என்றே அவன் அதிக பணம் கொடுப்பான்.

அவனாக விலகிச் சென்றிருந்தால், இப்பொழுது இருக்கும் பெண் அவனை விரட்டி விட்டிருந்தால், அவனுடன் சேர மீண்டும் முயற்சிக்கலாம். நம்மை முன்பே விட்டு விலகியவன், அதுவும் அவனாகவே. முன்புபோல் மீண்டும் விலகி விட்டால்? விலகி விட்டால் என்பதல்ல... விலகினாலும் விலகுவான். அதனால்? அவனிடம் சேரும் முன், முன்னெச்சரிக்கையாக அதிக பணத்தை அவனிடமிருந்து பெற்றுக்கொள்ளவேண்டும்.

இவளை விட்டு அவனாக விலகியிருந்து, வேறொரு பெண்ணுடன் வாழ்ந்து வருகிறான் என்றால், முதலில், ஏன் இவளிடமிருந்து விலகினான் என்று யோசிக்கவேண்டும். இவளிடம் அப்படி இல்லாத

எதை எதிர்பார்த்து, புதிய கணிகையைத் தேடிப் போனான் என்று பார்க்கவேண்டும். அப்படி எதிர்பார்த்தது இல்லாமல் ஏமாற்றம் அடைந்திருந்தால், மயக்கம் தெளிந்து மீண்டும் வருவானா என்று பார்க்கவேண்டும்.

எதிர்பார்த்தது இல்லை என்றால் பரவாயில்லை. எதுவுமே இல்லாமல், மிகவும் ஏமாந்து போயிருந்தால், இவளின் அருமை பெருமை புரியும். மீண்டும் ஓடோடி வருவான். அள்ளிக் கொடுப்பான்.

இவை அனைத்தையும் தாண்டி, அவன் எப்படிப்பட்டவன் என்பதையும் யோசித்துப் பார்க்கவேண்டும். வலிமை இல்லாதவனாக, பணம் இல்லாதவனாக, பல பெண்கள்மீது விருப்பம் இருப்பவனாக, புதிதாக வந்தவளுக்கு எதுவும் கொடுக்காதவனாக இருந்தால் அவனை மீண்டும் எந்தக் காரணத்துக்காகவும் ஆட்டத்துக்கு சேர்த்துக்கொள்ளக்கூடாது.

முன்பு இவளே அவனை விரட்டியிருந்து, அதற்குப் பின் வந்தவளை விட்டு அவன் விலகியிருந்தால், அவனுடன் இணையும் முன்பாக பலவற்றை யோசிக்கவேண்டும். 'இன்னமும் அவனுக்கு இவள் மேல் அன்பு இருக்கிறதா? இன்றும் இவள் அழகு அவனை மயக்குகிறதா? இவளிடம் அடைந்த மகிழ்ச்சியைப்போல், அதற்குப் பின் வந்தவளிடம் மகிழ்ச்சி அடையவில்லையா?' ஏதாவது ஒரு கேள்விக்கு 'ஆம்' என்று பதில் வந்தால்கூட அவனுடன் இணையலாம், இழையலாம். இழப்பதற்கு ஒன்றும் இல்லை.

ஆனால் ஒருவேளை, முன்பு திருப்தி அடையவில்லை. இப்பொழுது அடைவோம் என்று வருகிறானா? விட்டதை விட்ட இடத்தில் பிடிப்போம் என்று, இழந்த செல்வத்தை மீண்டும் நம்மிடமிருந்து பெற வருகிறானா, நம் மேல் கோபத்தில் பழி வாங்கப் பாசம் காட்டுகிறானா என்றெல்லாமும் பார்க்கவேண்டும்.

அப்படி, பாவமான எண்ணம் எதுவும் இல்லை என்றால், 'பக்கம் வா! பஞ்சணைக்கு வா!' என்று அழைப்பதில் ஆபத்தில்லை. ஆனந்தம் மட்டும்தான்.

இவளால் விரட்டப்பட்டவன், இன்று வேறு ஒருத்தியுடன் இருக்கிறான். இவனை தனது கட்டுக்குள் வைத்துக்கொள்ள வேண்டும் என்று, அந்த ஒருத்தியும் முயற்சி செய்கிறாள் என்றால்? அவன் கொடுத்து வைத்தவன்தான். ஆனால், பின்வரும் காரணங்கள் இருந்தால் ஒழிய, அவனை அடைய இவள் முயற்சிக்கக்கூடாது.

முன்பு, நியாயமான காரணங்கள் எதுவும் இல்லாமலே அநியாயமாக அவனை விரட்டியிருக்கவேண்டும். அதன் பிறகு இப்பொழுது அவளுடன் இருக்கிறான் என்றால், அல்லது, மீண்டும் ஒருமுறை இவள் அவனுடன் பேசினால் போதும். உடனே, புதியவளிடம், 'போதும் உன் சங்காத்தம்' என்று சொல்லிவிடுவான் அல்லது அவனுடன் மீண்டும் இணைந்தால்தான் இவளுக்கு இப்பொழுது இருக்கும் காதலனுக்குப் புத்தி வரும். அதற்காகவாவது அவனுடன் இணையவேண்டும் என்றால் முயற்சிக்கலாம்.

இல்லை, இப்பொழுது அவனிடம் செல்வம் சேர்ந்து நல்ல நிலையில் இருந்தால், அவனின் மனைவி அவனை மதிக்காமல் இருந்தால், மனைவியைவிட்டுப் பிரிந்திருந்தால், ஏன் குடும்பத்தைவிட்டுப் பிரிந்து தனி மரமாக இருந்தாலும் அவனுக்கு ஆதரவு தரலாம்.

இவை அனைத்தையும் தாண்டியும் காரணங்கள் இருக்கலாம். ஒரு பெரும் பணக்காரனுடன் இணைந்துவிட இவளின் புதிய காதலன் தடையாக இருக்கிறான். இவனுடன் சமாதானம் செய்துகொண்டால், பணக்காரனை அடைய தடை ஏதுமிருக்காது என்றாலும், இவளின் எதிரியான ஒரு கணிகையை, இவனின் நண்பன் விரும்புகிறான். இவனுடன் இணைந்தால் அவர்களைப் பிரிக்கலாம் என்றாலும், அட, அதைவிட இவனை மீண்டும் இவள் வலையில் விழ வைத்து, 'மக்களே நன்றாகப் பாருங்கள், மீண்டும் என்னிடம் வந்துவிட்டான். இவனுக்கு நிலையான புத்தியே இல்லை' என்று அவனின் பெயரைக் கெடுக்கவேண்டும் என்றாலும் முயற்சிக்கலாம்.

இப்படி, எல்லாவற்றையும் கருத்தில்கொண்டு, பழைய காதலனுடன் கூடுவது என்று கணிகை முடிவு எடுத்துவிட்டால், அவளின் நம்பிக்கையான கையாளை நம்பித்தான் ஆகவேண்டும்.

அவனை காதலனிடம் அனுப்பி, 'பாவம் அவள், என்ன செய்வாள், எல்லாம் அவளின் அம்மாவால்தான் வந்தது. அம்மா தான் அரக்கி. உங்களை விட்டு விலக அவள் அம்மாதான் காரணம். இவள்அல்ல' என்று அடித்து விடவேண்டும். என்னதான் வேறு ஒருவனுடன் இருந்தாலும், அவனை அவளுக்குக் கொஞ்சமும் பிடிக்கவில்லை. அது மட்டுமா இப்பொழுதும் உங்கள் நினைவுதான் என்றும் சொல்லவேண்டும். அவனை மேலும் உசுப்பேற்றும் விதமாக, 'உங்களுக்குத் தான் இவள் என்றால் எவ்வளவு பிரியம். நீங்கள் இருவரும் சேர்ந்திருக்கும்போது, இப்படியெல்லாம் இருந்தீர்கள்; அதையெல்லாம் செய்தீர்கள்' என்று இனிமையாக இருந்த காலத்தை எல்லாம் நினைவுபடுத்தவேண்டும். இனிமையாக இருந்த காலமா

அப்படியென்றால் எந்த விதமான இனிமை என்று சந்தேகம் கேட்பவர்களுக்கு, எப்படி முத்தமிட்டுக் கொள்வர், எப்படி முட்டிக் கொள்வர் என்றெல்லாம் சொல்லி மூடு கிளப்பி விடவேண்டும்.

ஆணுக்கு, கணிகை மேல் கொள்ளைக் காதல் இருந்தால், அவளை யாரும் அவனிடமிருந்து கொள்ளை அடித்துச் சென்று விடக்கூடாது என்று, அவளின் குறைகளைக் கண்டுகொள்ளாமல் கொட்டிக் கொடுப்பான். அதேபோல், தன்னைக் கண்டுகொள்ளாதவனுடன் கணிகை எப்போதும் கூடக் கூடாது. அவள் மேல் காதல் கொண்டிருப்பவனுடன்தான் கணிகை இருக்கவேண்டும்.

இப்படி, இவனுடன் இருக்கும்போது, 'உன்மேல் அவனுக்குத் தீவிர காதல்' என்று, வேறு நபர் சார்பாக தூதுவர்கள் வந்தாலும், காது கொடுத்துக் கேட்கக்கூடாது. கொஞ்ச நேரம் கொஞ்சிப் பேசலாம் என்று, இடமும் நேரமும் ஒதுக்கினாலும், காதலுடன் கொட்டிக் கொடுப்பவனை விட்டு விலகவே கூடாது.

நல்ல அதிர்ஷ்டம், காதல், பணம், நட்பு என்று எல்லாமே கிடைக்கும் என்ற நம்பிக்கை திடமாக வந்தால்மட்டுமே முடிந்த போன கணக்கை மீண்டும் கணக்கு செய்யவேண்டும். அதுதான் புத்திசாலி கணிகைக்கு அழகு.

33. அவன்... இவன்... எவன்?

பல காதலர்களிடம் இருந்து, ஒரே நாளில் பணம் வந்து குவிகிறது என்றால், ஒரே காதலன் என்று கட்டி அழத் தேவை யில்லை. தன் அழகு, தராதரம், மற்ற கணிகைகள் எவ்வளவு பெறுகிறார்கள் என்பதையெல்லாம் மனத்தில் வைத்துக் கொண்டு, எப்படிப்பட்ட ஆட்கள், எங்கு, எவ்வளவு என்பதையெல்லாம் ஒரு கணிகை முடிவு செய்யவேண்டும். முடிவை, முடிந்தவரை அனைவருக்கும் தெரியப்படுத்தவேண்டும்.

பல காதலர்களுக்கு ஈடாக, ஒருவனால் வாரி வழங்கமுடியும் என்றால், பலருடன் பாடுபடுவதற்குப் பதிலாக, பத்தினிப் பெண்போல் ஒருவனுடன் வாழ்வதே சிறந்தது.

இரு காதலர்கள், இருவரிடமிருந்து பெறப் படும் பொருளுக்கு ஒரே மதிப்பு என்றால், விரும்புவதைக் கொடுப்பவனையே விரும்ப வேண்டும் என்று முனிவர்கள் சொல் கிறார்கள். ஆனால் வாத்ஸ்யாயனரோ மதிப்பு ஒன்றாக இருந்தால், கொடுக்கும் பொருள் என்னவென்று பார்க்கவேண்டும்

என்கிறார். உதாரணமாக பத்தாயிரம் ரூபாய் பெறுமானமுள்ள வீட்டுக்குத் தேவையான பொருள்களா? பத்தாயிரம் ரூபாய் மதிப்புள்ள தங்கமா என்றால், தங்கத்துக்கே உங்கள் ஓட்டு என்கிறார் வாத்ஸ்யாயனர். வெள்ளி, பித்தளை, வெண்கலம், பானை, மெத்தை, மேலாடை, உள்ளாடை, திரவியம், காய், நெய், எண்ணெய், ஆடு மாடு என எல்லாப் பொருள்களையும்விட மேலானது தங்கமே என்கிறார். தங்கம் இருந்தால் இப்படி எதை வேண்டுமானாலும் வாங்கிக் கொள்ளலாம். மேலும், அவனிடமிருந்து கணிகை தங்கத்தைப் பெறுவது எளிது. ஆனால், அவளிடமிருந்து அவன் தங்கத்தைத் திரும்பிப் பெறுவது எளிதல்ல. முதலை வாயில் போனதைப் போன்றது. திரும்பி வராது. அதனால்தான் தங்கம் முக்கியம் தங்கம் என்று அறிவுரை கூறுகிறார்.

இரு காதலர்களை அடைவதற்குப் பட்ட பெரும் பாடும் சரி, அடைந்த பின் பெறுவதும் சரி. எல்லாம் சரி சமம். யாரைத் தேர்ந்தெடுப்பது என்றால், நண்பர்களின் ஆலோசனையைக் கேட்கலாம். அல்லது யார் நல்லவன் கெட்டவன், எவ்வளவு நல்லவன் எவ்வளவு கெட்டவன் என்று குணாதிசயங்களைக் கொண்டு ஆராய்ந்து பார்க்கலாம். ஏன்? யார் அதிர்ஷ்டக்காரன் என்பதை வைத்தும் முடிவு செய்யலாம்.

அதே இரு காதலர்கள். ஒருவன் அள்ளிக் கொடுக்கிறான்; ஒருவன் ஆசையாக இருக்கிறான்; என்ன செய்யலாம் என்று கேட்டால், முனிவர்கள் அள்ளிக் கொடுப்பவன் பக்கத்தில் நிற்கிறார்கள். வாத்ஸ்யாயனரோ, ஆசையின் பக்கம் என்கிறார். ஆசையாக இருப்பவன், எச்சில் கையில் காக்கா ஓட்டாதவனாக இருந்தாலும் சரி, ஆசை வைத்திருந்தால் அதை வைத்து அவனை அள்ளிக் கொடுக்க வைக்கமுடியும். ஆனால் ஆசையில்லாதவன் அள்ளிக் கொடுத்து என்ன பயன் என்கிறார். ஆசையோடு இருப்பவர்களில், பணக்காரனா ஏழையா என்றால், அதிக ஆசை வைத்திருக்கும் ஏழையைவிட, ஆசை வைத்திருப்பதில் ஏழையான பணக்காரன்தான்மேல் என்கிறார்.

அதே இரு காதலர்கள். ஒருவன் தாராளமாக வள்ளல் குணத்துடன் இருக்கிறான். ஒருவன் உனக்காக எதையும் செய்வேன் என்கிறான். முனிவர்கள், 'உனக்காக இருப்பவனோடு இரு' என்றால், வாத்ஸ்யாயனர், 'வள்ளல் பக்கம்' என்கிறார். ஏனென்றால், வள்ளல் தாராளமான குணம் படைத்தவன். அதனால் கொடுத்தேன் என்று, எப்போதும் சொல்லிக் காட்ட மாட்டான். அன்றே கொடுத்தேன், இன்று கொடுக்கமாட்டேன் என்றும் சொல்ல மாட்டான். வள்ளல் என்பவன் கொடுப்பவன். ஆனால், எதையும் செய்வேன் என்பவன் இருக்கிறானே, அவனிடம்தான் ஜாக்கிரதையாக இருக்கவேண்டும்

என்கிறார். ஒருமுறை ஏதாவது செய்தவுடன், 'உனக்காகத்தானே இதைச் செய்தேன்' என்று சொல்லி, நன்றியுடன் இருக்கவேண்டும் என்று எதிர்பார்ப்பான். 'உனக்கு நான் இதைச் செய்ததால், நீ எனக்கே சொந்தம். இன்னும் என்ன இருக்கிறது கொடுப்பதற்கு?' என்று கேட்பான். எதுவாக இருந்தாலும் நிகழ்காலத்தைவிட எதிர்காலத்தை மனத்தில் வைத்துதான் முடிவு எடுக்கவேண்டும் என்கிறார்.

அதேபோல், இரு காதலர்களில் ஒருவன் நன்றியுள்ளவன், ஒருவன் முற்போக்கானவன். இருவரில் யாரை தேர்ந்தெடுப்பது எனும்போது, முனிவர்கள் 'முற்போக்கானவன்' என்றால் வாத்ஸ்யாயனர், 'நன்றியுள்ளவன்' என்கிறார். முற்போக்கானவன் கண்டிப்பு அற்றவன் தான், கட்டுப்பாடுகள் விதிக்காதவன்தான். இல்லையென்று சொல்லவில்லை. அதேசமயம், அவன் கோபக்காரன். கணிகையிடம் குற்றம் கண்டால் அல்லது பிறர் கூறும் பொய்யை நிஜம் என்று நம்பினால், அடுத்த நிமிடமே அவளை விட்டு விலகியிருப்பான். ஆனால் நன்றியுள்ளவன், நன்றிக்கடனுக்காகக் கட்டுண்டு இருப்பான். அவனுக்காகக் கணிகை பட்ட கஷ்டங்களைக் கருத்தில் வைப்பான்.

அவசரமாக உதவி கேட்டு வரும் நண்பன், அதே நேரத்தில் பணம் கிடைக்கும் வாய்ப்பு, இரண்டில் எது முக்கியம் என்றால் முனிவர்கள் 'பணமே பிரதானம்' என்கிறார்கள். வாத்ஸ்யாயனரோ, 'பணம் என்னடா பணம்; இன்று வரும் நாளை போகும். நண்பன்தான் நிரந்தரம். அவனுக்கு உதவ முடியாமல்போய் அதனால் அவனை வருத்தப்பட விடக்கூடாது' என்கிறார். 'அவசரமாக உதவி செய்' என்றால், 'எவ்வளவு அவசரம்? இன்று இல்லாவிட்டாலும், நாளை உதவலாமா?' என்று கேட்டு, இன்று பணம் நாளை நண்பன் என்ற முடிவுக்கு வரலாம் என்கிறார்.

பணம் கிடைக்கும் வாய்ப்பு, அதே சமயம் ஆபத்து வந்தாலும் வரும்போல் இருக்கிறது என்றால், முனிவர்கள் பணத்தின் பக்கம் போனால், வாத்ஸ்யாயனர் வழக்கம்போல் எதிர்பக்கம் நின்று, 'ஆபத்தைத் தவிர்க்கவேண்டும். ஆபத்தில்லாமல் உயிருடன் இருந்தால்தானே பணத்துக்குப் பலன். அதே சமயம் ஆபத்தின் அளவைப் பொறுத்தும் முடிவு எடுக்கவேண்டும்!' என்கிறார்.

இதுவா அதுவா, இவனா அவனா என்று மேலே சொன்னதுபோல் வரும் அனைத்துக் குழப்பமான சூழ்நிலைகளிலும் முடிவுகள் எடுக்கும்போது, நிகழ்காலத்தை மட்டும் நினைக்காமல் வருங் காலத்தையும் மனத்தில் வைத்தே முடிவு எடுக்கவேண்டும். தொலை நோக்குப் பார்வை, சிந்தனை எல்லாம் மிக அவசியம் என்கிறார் வாத்ஸ்யாயனர்.

சரி, சம்பாதிக்கும் பணத்தை கணிகைகள் என்ன செய்யலாம்? சிறந்த கணிகை, கைக்கொள்ளாத அளவு சம்பாதிக்கும் கணிகை என்றால் கோயில், குளம், பூங்காக்கள் கட்ட உதவலாம். பிராமணர்களுக்கு ஆயிரம் பசுக்களைத் தானம் தரலாம். பண்டிகைகள் கொண்டாட, இறை வழிபாட்டுக்கு, முடிந்தால் விரதங்களுக்கு என்று செலவு செய்யலாம்.

நமக்கெல்லாம் அவ்வளவு சாமர்த்தியம் இல்லை. ஏதோ கைக்கும் வாய்க்கும் எட்டும் அளவுதான் சம்பாதிக்கிறோம் என்றால் என்ன செய்யலாம்.

தினம் ஒரு தூய்மையான வெள்ளை உடை, தாகத்தையும் பசியையும் தீர்ப்பதற்கு உணவு, தாம்பூலம் வாங்க, தங்க முலாம் பூசிய நகை வாங்க என்றெல்லாம் செலவு செய்யலாம். கணிகைகளின் வருமானத்தை இவ்வாறாகவும் கணிக்கலாம் என்று சில முனிவர்கள் சொல்வதை வாத்ஸ்யாயனர் ஒப்புக்கொள்ளவில்லை. இருக்கும் இடம், இடத்தின் பழக்க வழக்கம் ஆகியவற்றைப் பொருத்தது என்கிறார்.

ஒருவனை, மற்ற கணிகைகளுக்கு என்று இல்லாமல் தனக்கே என்று வைத்துக்கொள்ள விருப்பப்பட்டாலும், வேறு ஒரு கணிகையிடமிருந்து ஒருவனைப் பிரிக்கவேண்டும் என்றாலும், மற்றவளின் வருமானத்தைக் குறைக்க முயற்சிக்கும் போதும், இவனுடன் கூடினால் நம் மதிப்பு கூடும் என்று நினைக்கும்போதும், ஏதாவது ஆபத்திலிருந்து தப்பிக்கவேண்டும் என்றாலும், அவனால் ஏதாவது காரியம் ஆகவேண்டும் என்றாலும், நன்றிக் கடன்பட்டிருந்தாலும், இல்லை உண்மையிலேயே அவன்மேல் காதலோ அல்லது விருப்பமோ இருந்தாலும், அவனிடம் கூடிய பின், அதிக பணம் பெறக்கூடாது. வேறு வழியில்லை. ஏதோ பணம் பெற்றுத்தான் ஆகவேண்டும் என்னும் சம்பிரதாயத்துக்காக சிறிதே பணம் பெறவேண்டும்.

புதுக் காதல் காரணமாக, தற்போதைய காதலன், பழைய காதலனாகி விடுவான். இல்லை, அவனே விலகி அவன் மனைவியிடம் சென்று விடுவான். இல்லை, இனி அவனிடம் பணம் இல்லை. பெறுவதற்கு ஒன்றுமில்லை என்ற நிலை. நிலையான புத்தி இல்லாதவன் என்றால் அகப்பட்டவரை லாபம் என்று அவனிடமிருந்து அதிகப் பணம், பொருள் பெற முயற்சிக்கவேண்டும்.

அப்படியில்லாமல், இன்னும் சிறிது காலத்தில் காதலனுக்கு அதிர்ஷ்டம் அடிக்கும். அல்லது பெரிய பதவி கிடைக்கும். சொத்து

கிடைக்கும். அதாவது இப்பொழுது இருக்கும் நிலையைவிட அவன் மிக நல்ல நிலைமைக்கு வருவான் என்றால், அவனுக்குச் செய்யும் சேவைகள் வீண் போகாது, கொடுத்த வாக்கைக் காப்பாற்றுவான் என்றால், எதிர்கால நலனை மனத்தில் வைத்து அவனுடன் மனைவியைப்போல் வாழவேண்டும்.

ஒன்று, மிகவும் கஷ்டப்பட்டு பொருள் சம்பாதித்தவன். இரண்டு, நல்ல நிலை வந்தவுடன் பழையதை மறந்து விடும் சுயநலவாதிகள். கணிகை யாரை நெருங்கினாலும் இந்த இரண்டு விதமான மனிதர்களை நெருங்கவே கூடாது.

செல்வச் செழிப்புடன் இருப்பவர்கள், சமூகத்தில் செல்வாக்கான மக்கள், இவர்களை தனது காந்த வலையில் சிக்கவைக்க, கணிகையானவள் அனைத்து முயற்சிகளையும் மேற்கொள்ள வேண்டும். அவ்வளவாக லாபம் இல்லை என்றாலும் வலிமையான, தாராள மனதுடைய ஆண்களுடனும் உறவு வைத்துக்கொள்ளலாம். இவர்களின் மனம் விரும்புமாறு நடந்துகொண்டால், இவர்களுக்காக சிறிதாக ஏதாவது செய்தாலும் பெரிய அளவில் செல்வம் பெறலாம்.

34. கணிகையரின் லாப நஷ்டக் கணக்கு!

கணிகையாக இருப்பதன் முக்கிய நோக்கமே, 'பெய்யெனப் பெய்யும் மழை' என்று பணம் கொட்டவேண்டும் என்பது தான். ஆனால் நினைப்பதெல்லாம் நடந்து விடுமா என்ன? சில சமயங்களில் கணிகை இழப்பது உடலை மட்டும் அல்ல, பொருளையும் இழக்க வேண்டி வரும். கணிகைக்கு நஷ்டம் எப்படி வரும்?

அறிவு கொஞ்சம் குறைவாக இருந்தால், கவனமில்லாமல், பொறுப்பில்லாமல் இருந்தால், காதல், அகங்காரம், தன்னடக்கம், நம்பிக்கை, கோபம், போலித்தனம் போன்ற சமாச்சாரங்கள் எல்லாம் சற்று அளவுக்கு அதிகமாக இருந்தால், சேர்வார் சேர்க்கை சரியில்லாமல், தவறான புத்திமதி கூறுபவர்கள் எல்லாம் சுற்றி இருந்தால், நஷ்டம் நாடி வரத்தான் செய்யும். இப்படி எதுவும் இல்லாமல் என்னதான் எவ்வளவு தான் ஒழுங்காக இருந்தாலும் கால நேரம்

என்று ஒன்று இருக்கிறதே, அது சரியில்லை என்றாலும் நஷ்டம் வரத்தான் செய்யும்.

இப்படியெல்லாம் நஷ்டப்பட்டுக் கொண்டிருந்தால், வரவே இல்லாமல் செலவு செய்துகொண்டிருக்க வேண்டியிருக்கும். வருங்காலத்திலும் அதிர்ஷ்டம் என்பது எட்டிக்கூடப் பார்க்காமல், முதலுக்கே மோசமாக, வந்துகொண்டிருக்கும் லாபமும் வராமல் போய்விடும். இப்படியெல்லாம் நடந்தால், பொறுமை என்பது காணாமல்போய் அனைவரிடமும் சிடு சிடு என்று எரிந்து விழுத் தோன்றும். இதனால் கட்டிப்பிடித்தபடி, சுகிக்க வருபவன் காத தூரம் ஓடி விடுவான். இதெல்லாம், மேலும் மேலும் வருத்தத்தைக் கொடுத்து, உடல் நிலையைக் கெடுத்து, அடுத்து என்ன செய்ய என்று, முடியைப் பிய்த்துக்கொள்ள வைக்கும்.

இந்த லாப நஷ்டக் கணக்கை விட சுவாரசியமானது, சங்கடமானது, இந்த மனசஞ்சலங்களும் சந்தேகங்களும்தான். ஒரு வேளை இப்படி நடக்குமோ அப்படி நடக்குமோ, இவ்வளவு கொடுப்பானா அவ்வளவு கொடுப்பானா, நல்லவனா கெட்டவனா என்றெல்லாம் கணிகை மனதில் பலப்பல கதகளி பட்டிமன்றங்கள் நடக்கும்.

லாபம், நஷ்டம், சந்தேகம் ஆகிய மூன்றும் கிடைக்கும், கிடைக்காது, கிடைக்குமா கிடைக்காதா என்ற மூன்றைப் பொறுத்து மூன்று வகைகள் படும். புரியாமல் குழப்பமாக இருக்கிறதா. உதாரணங்கள் பார்த்தால் விளங்கிவிடும்.

சமுதாயத்தில் நல்ல அந்துஸ்து உள்ள செல்வந்தனுடன் இருக்கும் கணிகையானவள், நன்றாகப் பணம் பெறுவாள். பெரிய மனிதர்களின் அறிமுகம், பழக்கம் எல்லாம் கிடைக்கும். இப்படி எல்லா வகையிலும், லாபத்தினால் மேலும் லாபம் கிடைக்கும். கொடுக்கும் தெய்வம் கூரையைப் பிய்த்துக்கொண்டு கொடுக்கும் என்பார்களே அது மாதிரி லாபம் இது.

சில சமயம், இப்படி சமூக செல்வாக்கு கிடைக்காமல், பணம் மட்டும் கிடைக்கலாம். இது, லாபம் எதுவும் தராத லாபம்.

ஒருவனுடன் இருக்கும் கணிகை, மேலும் பல காதலர்களுடன் கூடினால் நம் வருமானம் கூடுமே என்று, கூடல் மேலும் கூடல் என்று இருக்கலாம். இப்படி பணம் பெருகினாலும், தற்போது கட்டுக்குள் இருக்கும் காதலன் கடுப்பாகி விடலாம். விட்டு விலகலாம். இதனால் தராதரமில்லாத கீழான மனிதர்களுடன், கூடல் நடத்த வேண்டி வரலாம். இதனால் பலரின் வெறுப்புக்கு ஆளாகலாம். இதெல்லாம் நஷ்டத்தை உண்டாக்கும் லாபம். கொடுத்தும்

கெடுக்கும் கதை. கூட்டி கழித்துப் பார்த்தால், இது நஷ்டமான லாபமே.

சில சமயங்களில், வேறுவழி இல்லாமலோ அல்லது எதிர்காலத்தில் லாபம் வரும், நல்லது நடக்கும் என்ற நம்பிக்கையினாலோ, அல்லது ஆபத்தைத் தவிர்க்கவோ, ஏதாவது பெரிய மனிதருடன் அல்லது அமைச்சருடன் வாழ்ந்து வரலாம். ஆனால், அவர்களிடமிருந்து எதுவும் பெறாமல், செலவும் செய்துகொண்டு நஷ்டத்தில் வாழ்ந்து வரலாம். இது லாபத்தை எதிர்நோக்கும் நஷ்டம்.

கஞ்சன், அழகன் என்ற இறுமாப்பில் இருப்பவன், மற்றவர்கள் மனத்தை வெல்லும் திறமையுள்ள நன்றி இல்லாதவன் போன்றவர்களால் என்றும் நன்மை இருக்கப் போவதில்லை. ஆதாயமும் இருக்கப் போவதில்லை. இப்படிப்பட்டவர்களிடம் இருக்கும் கணிகைக்கு ஏற்படும் நஷ்டம், நஷ்டத்தை மட்டுமே கொடுக்கும் நஷ்டம்.

மேலே சொன்ன புண்ணியாத்மாக்கள், கொடூரமானவர்களாகவோ இல்லை மிகவும் வலிமையானவர்களாகவோ, அதிகார வர்க்கத்தினராகவோ இருந்தால், அது நஷ்டத்துக்கு மேலும் நஷ்டம். பட்ட காலிலே படும் என்னும் கதைதான். அவர்களுடன், வரவில்லாமல் செலவு செய்து வாழ்வது மட்டுமில்லாமல், நிச்சயமில்லாத எதிர்காலம் வேறு.

ஒருவன் எவ்வளவு கொடுப்பான் என்று கணிகை சந்தேகப்படுவது, செல்வத்தைப்பற்றிய சந்தேகம். இவனிடம் இருக்கும் பணம் எல்லாவற்றையும் பறித்தாகிவிட்டது. இனிமேல் அவன் இழப்பதற்கு ஒன்றும் இல்லை. நாம் பெறுவதற்கு ஒன்றும் இல்லை. இப்பொழுது அவனைவிட்டு விலகலாமா, அது சரியா என்று சந்தேகப்படுவது, நியாய தர்மத்தைப்பற்றிய சந்தேகம்.

விரும்பியவனும் கிடைக்கவில்லை. மட்டமான ஆசாமியாக இருப்பவன்போல் இருக்கிறதே, குடும்பம், குழந்தை எல்லாம் இருப்பவனோ? இவனால் நமக்கு இன்பம் கொடுக்க முடியுமா? என்பதெல்லாம் மகிழ்ச்சியைப்பற்றிய சந்தேகம்.

சமூகத்தில் பெரிய மனிதன்தான். ஆனால், சின்ன மனம் கொண்டவன். அவனிடம் நாம் சரியாக நடந்துகொள்ளவில்லை என்ற கோபத்தில் நமக்கு ஏதாவது பிரச்னையை உருவாக்கி விடுவானோ என்று சஞ்சலப்படுவது, நஷ்டத்தைப்பற்றிய சந்தேகம். உடன் இருப்பவனுக்கு எந்தவிதத்திலும் இன்பம் கொடுக்காமல், அவனை விட்டுப் பிரிவது, நமது நல்ல பெயருக்குக் களங்கம் கற்பித்து விடுமா?

அடுத்த ஜென்மம்வரை இந்த பாவம் விடாமல் வருமா என்பது, புண்ணியம் போய்விடுமா என்பதுபற்றிய சந்தேகம்.

காதலை வெளிப்படுத்துவதன் மூலமாகவோ, இல்லை வெளிப் படையாக பேசுவதன் மூலம் ஏதாவது பிரச்னை வந்து விடுமோ, இன்பம் கிடைக்குமோ, கிடைக்காதோ என்பது மகிழ்ச்சியைப்பற்றிய சந்தேகம்.

இது நடக்குமா நடக்காதா என்ற எளிய சந்தேகத்தைத் தாண்டி, இப்படி நடக்குமா, அப்படி நடக்குமா என்று யோசிப்பது, சந்தேகத்தின் பரிணாம வளர்ச்சியின் அடுத்த கட்டம். குழப்பமான சந்தேகம்.

காதலனாலோ அல்லது முக்கியமான மனிதர்களினாலோ அறிமுகப் படுத்தப்பட்ட அந்நியன் அவன். அவனின் குணமும் தெரியாது. எவ்வளவு கொடுப்பான் என்பதும் தெரியாது. இதனால் நமக்கு வருமானம், லாபமா நஷ்டமா என்ற சந்தேகம் வரலாம்.

நண்பர்களின் வேண்டுகோளுக்கிணங்க, பரிதாபத்தின் காரணமாக, படித்த பிராமணனுடன், மாணவர்கள் அல்லது பக்தர்கள் அல்லது அவள் மேல் காதல் கொண்ட துறவியிடம், இறக்கும் தருவாயில் இருப்பவன் இவர்களுடன் எல்லாம் உறவு கொண்டால் நல்ல பெயர் கிடைக்குமா, கிடைக்காதா என்ற சந்தேகம் வரலாம்

சொல்வார் பேச்சை மட்டும் கேட்டு, தானாக ஆராயாமல், எதையும் சரிவர விசாரிக்காமல், நல்லவனா கெட்டவனா, பணக்காரனா கஞ்சனா என்று தெரியாமல் ஒருவனிடம் செல்லும்போது, இன்பம் கிடைக்குமா கிடைக்காதா, பொருள் கிடைக்குமா கிடைக்காதா என்று எல்லாவிதக் குழப்பங்களும் வந்து சேரும்.

கணிகை, காதலனுடன் வாழும்போது, இன்பம், பொருள் இரண்டும் பெற்றால் இரண்டு மடங்கு லாபம். காதலனுடன் வாழ, கணிகை செலவு செய்வது மட்டுமில்லாமல், நான் கொடுத்ததைத் திருப்பிக் கொடு, மொத்தமாகக் கொடு என்று, முன்பு கொடுத்தவற்றையும் காதலன் மீண்டும் பெற்றுக்கொண்டால், இரண்டு மடங்கு நஷ்டம்.

புதுக் காதலனா, நமக்கு சரிப்பட்டு வருவானா, சரிப்பட்டு வந்தாலும், அள்ளிக் கொடுப்பானா என்று யோசிப்பது, இரண்டு மடங்கு லாபத்தைப்பற்றிய சந்தேகம். பழைய எதிரி, நம்மிடையே நட்புதான் இல்லையே? ஏன் தீங்கு செய்யக்கூடாது என்று தீங்கிழைப்பானா? சரி நாமாக நட்புப் பாராட்டினால், நெருங்கிய பின் இருப்பவற்றை பிடுங்கிக்கொண்டு சென்றுவிட்டால் என்ன செய்வது என்று சிந்திப்பது, இரண்டு மடங்கு நஷ்டத்தைப்பற்றிய சந்தேகம்.

குழப்பமான லாப நஷ்ட சந்தேகங்களைப்பற்றி உத்தாலிக்கர் இவ்வாறு விளக்குகிறார். இதையே பாப்ரைவரும் பின்வருமாறு விளக்குகிறார்.

தன்னோடு கூடல் நடத்திய மனிதன், கூடல் செய்யாத மனிதன் இருவரிடமும் இருந்தும் கணிகை பணம் பெற்றால், அது இருமடங்கு லாபம். இரண்டு லட்டு கிடைத்த மாதிரி.

செலவு செய்து ஒருவனுடன் கூடினால், அல்லது அவனுடன் கூடவில்லை என்றாலும் நஷ்டம் வரும் என்றால் அது மத்தளத்துக்கு இரண்டு பக்கமும் அடி என்பதுபோன்றது. எப்படிப் பார்த்தாலும் நஷ்டம்.

செலவு ஏதும் செய்யாமல் பார்க்கப் போகிறோம். பணம் கிடைக்குமா? இல்லை, இவனைப் பார்க்கப் போகாமல் இருந்தால், வேறு யாராவது பணம் கொடுப்பார்களா என்றும் சந்தேகம் வரலாம்.

இவன் பழைய எதிரி ஆயிற்றே. இவனைப் பார்க்க, செலவு செய்து கொண்டு போக வேண்டுமா? போனால், இருப்பதைப் பிடுங்கிக் கொண்டால் என்ன செய்வது? போகாமல் இருந்தால், அதனால் மேலும் கோபம் கொண்டு ஏதாவது இடக்கு மடக்காகச் செய்தால் என்ன செய்வது, என்றும் நஷ்டம் அடைவது குறித்துக் குழப்பம் வரலாம்.

இப்படிப் பல வகைகளில், லாபம் நஷ்டம், சந்தேகம் எல்லாம் சேர்ந்துவரலாம். இதில் இன்பம், பொருள், புண்ணியம் என்பதும் கலந்து இருக்கிறது.இதையெல்லாம் கருத்தில் வைத்து நன்கு யோசித்து, நல்ல நண்பர்களின் பேச்சைக் கேட்டு நடக்கவேண்டும். இதன் மூலம் ஆபத்தையும் அழிவையும் தவிர்த்து, அதிக செல்வத்தைச் சேர்க்கும் வாய்ப்பை வளப்படுத்தி, வளங்கள் அனைத்தையும் பெற்று செழிப்பாக வாழவேண்டும். நல்ல பெயர், நியாயம், தர்மம், அவளுக்கென்று இன்பம் அடைவதையும் கணிகை கணக்கில் கொள்ளவேண்டும். சமயத்துக்குத் தகுந்தவாறு நடந்து கொள்ளவேண்டும்.

காதலன்களுடன் கலக்கும் கணிகை, அவர்கள் மூலம் இன்பத்தையும் பொருளையும் பெறவேண்டும். இன்னென்ன ஆசைகளையெல்லாம் நிறைவேற்றக்கூடிய ஆண்மகனுடன்தான் வசந்த காலத்தில், இந்த நல்ல பண்டிகை நாளன்று என் பெண் இரவைக் கழிப்பாள் என்று, கணிகையின் தாயார் பலரிடம் அறிவிக்கவேண்டும்.

ஆசையுடன் இளைஞர்கள் அவளை நெருங்கினால், அவர்களின் மூலம் என்ன ஆதாயம் அடையலாம் என்று யோசிக்கவேண்டும்.

பரத்தையர், பணிப்பெண்கள், கற்பிழந்த பெண், ஆடிப் பிழைக்கும் பெண், குடும்பத்தை விட்டுப் பிரிந்தவள், பெண் கலைஞர்கள், அழகை மூலதனமாக வைத்து வாழ்பவர்கள், தேவதாசிகள்... என்று கணிகைகள் பலவகைப்படுவர். இவர்கள் பலவாறாக இருந்தாலும், பலவகைப்பட்ட ஆண்களுடன் பழகுவது, மகிழ்ச்சி அளிப்பது, பணம் பெறுவது, பிரிவது, மீண்டும் சேர்வது என்பதில் எல்லாம் தேர்ச்சி பெற்றிருக்கவேண்டும்.

ஆண்கள் இன்பத்தை அடையவேண்டும் என்பதும், பெண்கள் பணத்தைப் பெறவேண்டும் என்பதையும் குறிக்கோளாக வைத்திருக்க வேண்டும். அனைவரும் இப்படித்தான் என்று பொதுவாகச் சொல்லி விட முடியாது. பணத்தைத் தாண்டி, காதலையும் இன்பத்தையும் பெற விரும்பும் பெண்கள் இருக்கலாம். ஆனால், பணம் பெற விரும்புவர்கள் இந்தப் பகுதியைப் படித்தே ஆகவேண்டும். எப்படிப் பணம் பெறுவது என்பதை விளக்குவதாலே இந்தப் பகுதி மிகவும் முக்கியத்துவம் பெறுகிறது.

பாகம் 7

35. சித்தி பெற சிட்டுக்குருவி லேகியம்

'மனம் விரும்புதே உன்னை...' என்று பாட்டு பாடினால், 'என் மனமும் உன்னை விரும்புதே' என்று பதில் வந்தால் பரவாயில்லை. 'செருப்பு பிய்ந்து விடும்' என்ற பதில் வந்தால்? த்ரிஷா இல்லாவிட்டால் திவ்யா. அதனால், போனால் போகட்டும் போடா என்று இருந்தால் பரவாயில்லை.

ஆசைப்பட்டால் அடையவேண்டும் என்று அடம் பிடித்தால் என்ன செய்வது? 'உங்களை எப்படித்தான் அடைவது' என்று அவளை ஏன் நேரடியாகவே கேட்கக்கூடாது? அதற்கு, பார்க்க அழகாக, பழகுவதற்கு இனிமையாக, இளமை புதுமை என்று இருந்தாலாவது பரவாயில்லை. பிரயோஜனமான பதில் வரலாம். அப்படியில்லாமல், 'உன் மூஞ்சிக்கு இதெல்லாம் ஒரு கேடா?' என்று பதில் வந்தால்...

கண்களில், கண்ணிமைகளில், உடலில் தடவிக்கொள்ள என்று மருந்துகள் இருக்கின்றன. இவற்றை எல்லாம் பயன்படுத்தினால் சுமார் மூஞ்சி குமாராக

இருந்தாலும்கூட, மற்றவர்களின் கண்ணுக்கு அடடா என்ன அழகு என்று மாறிவிடலாம். விரும்பியவர்களை விரும்பியவாறு வசியம் செய்யவும் பல வழிகள் இருக்கின்றன.

மயிலின் எலும்பை தங்கத்தில் தடவி, வலது கையில் கட்டிக் கொண்டால், மற்றவர் கண்களுக்கு அழகாகத் தெரியலாம். அதர்வண வேதத்தில் இருக்கும் மந்திரங்கள் சொல்லப்பட்ட தாயத்தைக் கட்டிக்கொண்டு வசியம் செய்யலாம். லிங்கத்தின் மேல் சிலதை பூசிக்கொண்டு உறவுகொண்டால், பெண்ணை இழுத்த இழுப்புக் கெல்லாம் இழுக்கலாம். அடிமையாகவும் வசியப்படுத்தலாம்.

சிலதைச் சாப்பிட்டால் வீரியம் வளரும். உணர்ச்சி வேகமெடுக்கும். சிட்டுக்குருவியின் முட்டையில் அரிசி சாதத்தைக் கலந்து அதைப் பாலில் வேக வைத்து, தேனும் நெய்யும் கலந்து, தேவையான அளவு குடித்தால் பல பெண்களுடன் கூட்டணி வைத்தாலும் வெல்லலாம். வசந்த காலத்தில், தினமும் தவறாமல் நெய் அல்லது வெண்ணெய் சாப்பிட்டு வந்தாலும் உடலுக்கு நல்லது.

ஹஸ்தினி அல்லது யானைப் பெண்ணுக்குத் தகுந்த அங்குசம் ஆணிடம் இல்லை என்றால் என்ன செய்வது? யானைப் பெண்ணையும் பூனையாகக் கட்டி மேய்க்க வேண்டிய கட்டாயம் இருக்கிறதே ஆணுக்கு! உன் யானைப் பசிக்கு என்னால் சோறு போட முடியாது. என்னால் முடிந்தது சோளப் பொரிதான் என்று கையெடுத்துக் கும்பிடுவதற்குப் பதிலாக, கையை முறுக்கிக்கொண்டு கோதாவில் இறங்கலாம். கைக்கு வேலை கொடுக்கலாம். அவள் இதுவரை எட்டாத உச்சகட்டத்தை அடையும்வரை, அவனால் தொட முடியாத, எட்ட முடியாத, ஆழத்தை அவன் கைகள் அளக்க வேண்டும். அவன் கை விரல்கள் தேய்ந்து விடுமோ என்றெல்லாம் கவலைப் படாமல் தேய்க்கவேண்டும். அவள் மகிழ்ச்சிக் கடலில் திளைத்த பிறகுதான் அவன் அவளில் முத்து எடுக்க மூழ்கவேண்டும்.

அட எல்லா சமயமும் கை, கை கொடுக்குமா? கை, கை விட்டு விட்டால்! பத்து விரல்கள் பத்தாது எனும் பட்சத்தில் வேறு வழி இல்லை. ஆயுதத்தைக் கையில் எடுத்தாகவேண்டும். அபத்ரைவ்யாக் களைப் பயன்படுத்தலாம். இன்று, நமக்குப் புரியும்படிச் சொல்ல வேண்டும் என்றால் டில்டோ. தங்கம், வெள்ளி, தாமிரம், இரும்பு, எருமை மாட்டின் கொம்பு, பலவகைப்பட்ட மரம் என்று, ஏதாவதொன்றில் ஆணின் லிங்க வடிவம் செய்யப்பட்டு இருக்க வேண்டும். மென்மையாக, இதமாக, அதே சமயம் இச்சையைத் தூண்டும் வகையில், நினைத்ததை அடையவும்வேண்டும் என்கிறார் பாப்ரைவர். வாத்ஸ்யாயனரோ, தங்கம், வெள்ளி என்று இந்த

உலோகங்களில்தான் செய்யவேண்டும், அந்த மரத்தில்தான் செய்யவேண்டும் என்றெல்லாம் கட்டுப்பாடு எதுவும் கிடையாது. மகிழ்ச்சியாக இருப்பதுதான் குறிக்கோள். அதனால் மனத்துக்குப் பிடித்த பொருள்களில் செய்துகொள்ளலாம் என்று சொல்கிறார்.

அபத்ரைவயாக்கள் பலவகைப்படும். லிங்கத்தின் அகலத்தின் அளவுக்கு இருக்கும் வளையலைப் பயன்படுத்தலாம். அவற்றின் வெளிப்புறம் சற்றே கரடுமுரடாக முரட்டுத்தனமான உராய்வைத் தருமாறு இருக்கவேண்டும். இரண்டு வளையல்களை சேர்த்துப் பயன்படுத்தலாம். இரண்டு மூன்று அல்லது அதற்கும் மேற்பட்ட எண்ணிக்கையிலான வளையல்களை லிங்கத்தின் நீளம் வரும் வரைச் சேர்க்கலாம். இது 'சூடகா' எனப்படும். லிங்கத்தை நூலால் அளந்து, அதனுடைய சரியான அளவுக்கும் இதனை உருவாக்கலாம். வெளிப் புறத்தில் மெல்லிய துளைகளும், இருபக்கமும் துளை இருக்கும் நீண்ட குழாயைப் பயன்படுத்தலாம். இதை இடுப்பில் கட்டிக் கொண்டு, குழாயை இறக்கத்தில் இறக்கிவிட்டு விடலாம். இந்த குழாய் 'கண்டுக்கா' அல்லது 'ஜாலகா' என்று அழைக்கப்படும்.

'ஆண் இருக்க வேண்டிய இடத்தில் அபத்ரைவ்யாக்களா? அபத்தம்!' என்று அலறுபவர்கள், ஜாடிக்கேற்ற சரியான மூடியாக இருக்க, அவனின் நீள அகலத்தை அதிகரித்துக் கொள்ளலாம். 'அதிகரிக்கலாமா? எப்படி?' என்று ஆவலுடன் கேட்பவர்களுக்கு...

மரங்களில் வாழும் சில பூச்சிகளின் முடியால் லிங்கத்தைத் தேய்த்து, பின்னர் அடுத்த பத்து நாள்களுக்கு எண்ணெயைத் தேய்த்து, பிறகு மீண்டும் பூச்சிகளின் முடியால் தேய்க்கவேண்டும். இப்படிச் செய்வதன் மூலம் லிங்கம் சற்றே வீங்கும். பெரியதாகும். அதன்பின், கட்டிலில் துளையிட்டு அதில் லிங்கம் தூங்குமாறு தூங்கவேண்டும். இதமான தைலங்கள் தேய்த்து, வீக்கத்தினால் வரும் வலியைப் போக்கிக்கொள்ளவேண்டும்.

பூச்சிகளின் முடிதான் என்றில்லாமல், கத்திரிக்காயின் பழம், பெண் எருமையின் வெண்ணெய், சவார கந்தக செடி, ஜாலசுகா செடி, ஹஸ்திரி-சர்மா செடி ஆகியவற்றைப் பயன்படுத்தினால் வீக்கம் ஒரு மாதத்துக்கும், இவற்றால் செய்த எண்ணெய்யில் கலந்த தைலங்களாக்கிப் பயன்படுத்தினால் வீக்கம் ஆறு மாதம்வரை இருக்கும்.

தென் தேசத்தில் இருப்பவர்கள், லிங்கத்தைத் துளையிடாவிட்டால், துன்பத்தைத் தாண்டி இன்பத்தை அடைய முடியாது என்று நம்புகின்றனர். அதனால் சிறு குழந்தைகளுக்கு காது குத்துவதுபோல் லிங்கத்தையும் குத்தி துளைகள் இட்டுக் கொள்கின்றனர்.

கூர்மையான ஆயுதத்தால் துளையிட்டு, ரத்தம் வரும்வரை தண்ணீரில் நிற்கவேண்டும். அன்று இரவே மிகுந்த ஈடுபாட்டுடனும் விருப்பத்துடனும் கூடலில் கலக்கவேண்டும். துளையை சுத்தப் படுத்தவே துளையிட்ட அன்றே கலவி. இதற்குப் பிறகு, துளையை கஷாயம் வடிகட்டிய நீரினால் கழுவலாம். அதிமதுரம் கலந்த தேனையும் பயன்படுத்தலாம். அவ்வப்பொழுது எண்ணெய்யையும் விடவேண்டும். துளையைப் பெரிதுபடுத்தும் முயற்சியிலும் இறங்கலாம். துளையினுள் பலவகைப்பட்ட அபத்ரைவ்யாக் களையும் பயன்படுத்தலாம். மிக முக்கியமாக அந்த அபத்ரைவ்யாக் களின் வெளிப்புறம் சற்றே கடினமானதாக இருக்கவேண்டும்

இது மட்டுமில்லாமல், வேறு யாரையும் விரும்பாமல், நம்மிடம் மட்டும் உறவுகொள்ள வைக்க, வெறுக்க வைக்க, யானைப் பெண்ணின் யோனியை ஓர் இரவுக்கு மட்டும் சிறியதாக்க, மான் பெண்ணின் யோனியை ஓர் இரவுக்கு மட்டும் பெரியதாக்க, உதடுகளை, முடியை வெள்ளையாக்க, கூந்தலை வளர்க்க, இழந்த முடியை மீண்டும் பெறுவதற்கெல்லாம் பத்தியங்களும் மருந்துகளும் இருக்கின்றன. பிராமணர்களின் வாழ்த்தைப் பெற்றால் செல்வத்தையும், நீண்ட ஆயுளையும் பெறலாம்.

'இதையெல்லாம் வாத்ஸ்யாயனர்தான் எழுதினாரா? இதற்கு முன், அனைத்தையும் அறிவியல் அல்லது அறிவுப் பூர்வமாக விளக்கி வந்தவர், இப்பொழுது சொல்வது எதுவும் அறிவியலுக்கு அடங்கியதாக, நடைமுறையில் சாத்தியப்படுவது போலத் தோன்றவில்லையே' என்று தோன்றலாம்.

வாத்ஸ்யாயனர், அந்தக் காலத்து ஆள். அதனால்தான், பழைய பஞ்சாங்கமாகக் கண்டதையும் எழுதி இருக்கிறார் என்றும் நினைக்கலாம். ஆனால், இதற்குப் பின் வந்த புத்தகங்களில், இதுபோன்ற பலவிதத் தேவைகளுக்கு மேலும் பல தகவல்கள் என்று இன்னும் அதிகமாகி இருக்கிறதே தவிர, குறையவில்லை என்பதும் குறிப்பிடத்தக்கது. உதாரணமாக, 'காதலின் நிலைகள் அல்லது அநுங்கரங்காவில்' இதுபோன்ற முப்பத்தி மூன்று வித தேவைகளுக்காக 133 வழிமுறைகள் சொல்லப்பட்டுள்ளது.

பெண் சீக்கிரமாக உச்சகட்டத்தை அடைய, யோனியைச் சிறியதாக்க, யோனியை வாசம் மிக்கதாக மாற்ற, பெண்ணின் மார்பகங்களைப் பெரிதுபடுத்த, அவற்றை வலிமையாக்க, உறுதியானதாக்க, மாதவிடாய் பிரச்னைகளுக்குத் தீர்வு, உற்சாகமூட்டும் வலிமை தரும் மருந்துகள், ஆண் நீண்ட நேரம் செயல்பட, லிங்கத்தைப் பெரியதாக்க, உடலில் சில பாகங்களிலிருந்து முடியை நீக்க,

கூந்தலைக் கருமையாக்க, வலிமையாக்க, அழகாக்க, கூந்தலின் நிறத்தை மாற்ற, கருச்சிதைவுக்கு, கருத்தடைக்கு, கரு உருவாக, சுகப் பிரசவத்துக்கு, குழந்தைகளின் எண்ணிக்கையைக் கட்டுப்படுத்த, சருமத்தை மெருகேற்ற, சருமத்துக்கு நறுமணம் கொடுக்க, வியர்வை நாற்றத்தை நீக்க, சுவாசத்துக்கு மணம் சேர்க்க, கரும்புள்ளிகளை நீக்க, ஆண்களை, பெண்களை வசியப்படுத்த, கணவனைக் கட்டுக்குள் வைக்க, நட்புகொள்ள, காதல் கொள்ளவைக்க, நீக்க என்று வாலிப வயோதிக பெண்கள் மற்றும் ஆண்களுக்கான அனைத்து பிரச்னைகளுக்கும் தீர்வு சொல்கிறது.

இவற்றில் சில பல அபத்தங்கள். மூலிகைகள், வசிய மருந்துகள் எல்லாம் இன்றும் புழக்கத்தில் இருக்கின்றன. அப்படியென்றால் இதையெல்லாம் பின்பற்றலாமா? நம்பலாமா என்ற கேள்விக்கு, வாத்ஸ்யாயனரே பதில் சொல்கிறார். இப்படிப் பல குறிப்புகளைச் சொல்லிவிட்டு, இதைத் தவிர மற்ற முறைகளையும் நம்பிக்கையான அனுபவஸ்தர்களிடம் கேட்டுத் தெரிந்துகொள்ளலாம் என்கிறார்.

பிறகு, காதலிலும், கூடலிலும் கலக்கலான வெற்றியடைய, இதுபோன்ற வழிகளை, மாய மந்திரங்களை வேதங்களிலிருந்தும், மருத்துவ சாஸ்திரங்களில் தேர்ச்சி பெற்றவர்களிடமிருந்தும் மட்டுமே தெரிந்துகொள்ளப் படவேண்டும். அதே சமயத்தில் அவற்றின் வழிமுறைகளில் சந்தேகம் இருந்தாலோ, நம்பிக்கை இல்லை என்றாலோ, உடல்நிலைக்கும் ஆரோக்கியத்துக்கும் ஆபத்து வரும் என்று தோன்றினாலோ, அவற்றின் பக்கம் தலை வைத்துப் படுக்கக்கூடாது. அது மட்டுமில்லாமல், இந்த வழிமுறைகளைப் பின்பற்ற, எந்த உயிரினத்துக்கும் தீங்கு விளைவிக்கக்கூடாது, கொல்லக்கூடாது. பாவ காரியங்கள் எதையும் செய்யக்கூடாது. தூய்மையானது, புனிதமானது, நிச்சயம் நன்மை தரும், இதில் எதுவும் பிரச்னை வராது என்று பிராமணர்களும், நண்பர்களும் உறுதிப்படுத்தி, சம்மதம் தந்த பின்னரே இதுபோன்ற முறைகளைப் பின்பற்ற வேண்டும் என்றும் சொல்கிறார்.

36. முடிவல்ல ஆரம்பம்

'எவன் ஒருவன், இந்தக் காம சாஸ்திரத்தின் அடிப்படை விதிகளையும் தத்துவங்களையும் சரி வரப் புரிந்துகொள்கிறானோ, அவன் ஆசைக்கு அடிமையாகி விடமாட்டான். மாறாக ஆசையை அடக்கி ஆள்வான். தர்மத்துக்கும், பொருள் சேர்க்கும் அர்த்தாவுக்கும், காமத்துக்கும், மற்றவர்களின் வார்த்தைக்கு மதிப்பும், அவனுடைய அனுபவங்களுக்குச் சரியான அளவில் முக்கியத்துவமும் கொடுப்பான்.

இந்த சாஸ்திரத்தில் சில தவறான, நீதிக்குப் புறம்பான சிலதை நானே சொல்லியிருக்கலாம். ஆனால் அதைச் சொல்லி அடுத்த வரியிலேயே அது சரியானது அல்ல. அதை பின்பற்றக் கூடாது என்பதையும் வலியுறுத்தி இருக்கிறேன்.

சில தவிர்க்க முடியாத சந்தர்ப்பங்களில் மட்டுமே இந்த விதிமீறல்களுக்கு விதி விலக்கு உண்டு. சாஸ்திரத்தில் சொல்லப் பட்டிருக்கிறது, வேதம்

அனுமதியளிக்கிறது என்னும் ஒரே காரணத்துக்காக மட்டும் விதிகளை மீறக்கூடாது.

ஆன்மிக மாணவனாக வாழ்க்கையைக் கழித்தபோது, இறைவனின் அருளால் பாப்ரைவர் மற்றும் பல ஆசிரியர்கள் எழுதியவற்றைப் படித்து, ஆராய்ந்து புரிந்துகொண்டு, தர்மத்துக்கு உட்பட்டு, வாத்ஸ்யாயனர் ஆகிய நான் காம சாஸ்திரம் என்ற இந்த நூலை எழுதி இருக்கிறேன்.

ஆசைகளைத் தீர்த்துக்கொள்ள, மனம் விரும்புவதை எல்லாம் அடைவதற்கு ஒரு கருவியாக மட்டுமே இந்தப் புத்தகத்தை பயன்படுத்தக்கூடாது. மற்றவர்களை மதித்து, கலையாகவும், அறிவியலாகவும் இருக்கும் இந்த சாஸ்திரத்தின் உட்பொருளை நன்கு புரிந்துகொண்டு, அவனின் தர்மத்தைப் பின்பற்றி, அர்த்தாவைச் சேர்த்து, காமத்தை விரும்புவன், புலன்களை நிச்சயம் வெல்வான்.

சுருக்கமாகச் சொல்லவேண்டும் என்றால், அவனுடைய ஆசைகளுக்கு அடிமையாகாமல், தர்மத்துக்கும், அர்த்தாவுக்கும், காமத்துக்கும் சரிசமமான விகிதத்தில் முக்கியத்துவம் கொடுக்கும், அறிவுள்ள, விவேகமுள்ள ஒருவன், தான் எடுக்கும் காரியங்கள் அனைத்திலும் வெற்றி பெறுவான்.'

ஆண் - பெண் இருவருக்கும் இடையே இருக்கும் உறவைப்பற்றிய சாஸ்திரமான, காமசூத்திராவை வாத்ஸ்யாயனர் இவ்வாறு நிறைவு செய்கிறார்.

இதைப் படிக்கும் வயதானவர்கள், இது உண்மைக்கு எவ்வளவு அருகில் இருக்கிறது என்பதையும், தங்கள் அனுபவங்களுடனும் ஒப்பிட்டுப் பார்த்துக்கொள்ளலாம். ஏன்? அவர்கள் தவற விட்ட தருணங்களையும் தெரிந்துகொள்ளலாம். காலம் அதிகமாகக் கடந்து விடவில்லை என்றால், கற்றுக்கொண்டவற்றை இப்பொழுதாவது முயற்சி செய்து பார்க்கலாம்.

இதைப் படிக்காவிட்டால் பல இளைஞர்கள், இளைஞிகள், அவர்கள் அறிய வேண்டிய பலவற்றை அறிய வேண்டிய வயதில் அறியாமலேயே போய்விடும் அபாயம் இருக்கிறது.

இளவயதினர், வயதானவர்கள் என்பதைத் தாண்டி, சமூகம், சமுதாயம் மற்றும் மானுடவியலைப்பற்றித் தெரிந்துகொள்ள, அறிந்துகொள்ள, கற்றுக்கொள்ள விரும்புவர்கள் அனைவரும் நிச்சயம் படிக்க வேண்டிய நூல் இது. அன்றும் இன்றும் மனிதனும், மனித குணமும், பண்பாடும் எவ்வளவு மாறி இருக்கிறது அல்லது எவ்வளவு

மாறாமல் இருக்கிறது என்று அறிந்துகொள்ள ஆர்வம் இருப்பவர்களும் நிச்சயம் படிக்க வேண்டிய புத்தகம்.

ஆண் - பெண் மனங்களைப்பற்றி, அவர்களின் உள் மன ஆசைகள், சிந்தனைகள், விருப்பு வெறுப்புகள் அனைத்தையும் உவமை, உவமானம், விறுவிறுப்பு என்ற மசாலா எதுவும் சேர்க்காமல் எளிய நடையில் அனைவருக்கும் புரியும்படி, இது இவ்வளவுதான் என்று உள்ளதை உள்ளபடிதான் வாத்ஸ்யாயனர் எழுதினார். ஆனால் கடந்த பல நூற்றாண்டுகளில் படைக்கப் பட்ட பல கதைகளும், காவியங்களும் காமசூத்திராவில் சொல்லப்பட்ட பல விஷயங்களை களமாகக் கொண்டவை என்பது நிச்சயம் ஒரு நகை முரண். மேலும் காமசூத்திரா காலத்தை கடந்த ஒன்று என்பதற்கும் அதுவே சாட்சி.

இதில் வேடிக்கையும் வருத்தமும் நிறைந்த விஷயம் என்னவென்றால், பலரின் வாழ்க்கையில் ஒளி ஏற்றிய காமசூத்திராவை எழுதிய வாத்ஸ்யாயனரின் வாழ்க்கையைப்பற்றி நமக்கு எதுவும் தெரியாது என்பதுதான். காசியில் இறைவனை வழிபட்டுக்கொண்டு ஆன்மிக மாணவனாக இருந்தபோது இந்த நூலை எழுதினேன் என்றுதான் அவர் கூறுகிறார். மாணவன் என்று அவர் குறிப்பிட்டாலும், அது நிச்சயம் பணிவின் காரணமாகத்தான் இருக்கவேண்டும். வாழ்க்கையை விலாவரியாக விவரிக்கும் வாத்ஸ்யாயனர், நிச்சயம் வாழ்க்கையை நன்றாக வாழ்ந்தவராகத்தான் இருக்கவேண்டும். நல்ல 'அனுபவம்' கொண்டவராகத்தான் இருந்திருப்பார்.

பலருக்கு வாழ்வளித்த வாத்ஸ்யாயனரின் வாழ்க்கைபற்றித் தெரிந்தால் என்ன? தெரியாவிட்டால் என்ன? காலத்தைக் கடந்த காவியத்தைப் படைத்த வாத்ஸ்யாயனரின் புகழும் அவரின் படைப்பும், கண்களுக்குப் பார்க்கும் சக்தி இருக்கும்வரை, உதடுகளால் முத்தமிட முடியும்வரை இந்த உலகத்தில் வாழ்ந்துகொண்டுதான் இருக்கும்.

★

அனைத்து முக்கிய புத்தகக் கடைகள், துணிக்கடைகள் மற்றும் சூப்பர் மார்க்கெட்டுகளிலும் கிழக்கு பதிப்பகத்தின் புத்தகங்கள் விற்பனைக்குக் கிடைக்கும்.

ஆன்லைனில் புத்தகங்கள் வாங்க
www.nhm.in/shop

போன் மூலம் புத்தகம் வாங்க

- இந்தியாவில் எங்கிருந்தாலும் போன் மூலமாக புத்தகம் வாங்கலாம்.
- புத்தகங்கள் வி.பி.பி யில் மட்டுமே அனுப்பி வைக்கப்படும்.
- கொரியர் மூலமாக வாங்க எங்களைத் தொடர்பு கொள்ளவும்.

மேலதிக விபரங்களுக்கு எங்களைத் தொடர்புகொள்ளவும்,
94459 01234, 9445 97 97 97

*நிபந்தனைக்குட்பட்டது.

CPSIA information can be obtained
at www.ICGtesting.com
Printed in the USA
LVHW111224230223
740172LV00005B/180

9 788184 936599